கிரேஸி கிரியேஷன்ஸின்

மாது மிரண்டால்

கிரேஸி

மோகன்

அறிவே விளக்கு

அல்லயன்ஸ்

அல்லயன்ஸ்

[125 - வது ஆண்டைக் கொண்டாடும் முதல் தமிழ்ப் புத்தக நிறுவனம்]

மாது மிரண்டால்

Maadhu Mirandal

———

உரிமைப் பதிவு

முதற் பதிப்பு : 2025

அட்டை ஓவியம்: கேஷவ்

விலை : ரூ. 150/-

ISBN	:	978-93-6358-663-5
Total No. of Pages	:	104 Pages
Laser Typeset	:	Rani Graphics, Chennai - 04
Printing	:	Repro Books Ltd., India

THE ALLIANCE COMPANY

Publishers & Booksellers

Old No. 244, New No. 64, Ramakrishna Mutt Road, Mylapore, Chennai - 600 004.

Tel.: **044 - 2464 1314** | Mob.: **928 928 1314**

www. alliancebook.com • email: books@alliancebook.com

சமர்ப்பணம்

திரு V.ரங்காச்சாரி அவர்கள்

எங்கள் தந்தை. இந்தியன் பாங்கில் இருந்து 1988ல் ஓய்வு பெற்ற பின் 1989ல் எங்களுடன் இணைந்தார். அன்றிலிருந்து தனது 92 வயதில், காலமாகும் வரை எங்களுக்காகவே, எங்கள் Crazy கிரியேஷன்ஸில் உழைத்தார். குழந்தைகளுக்காகவே வாழ்ந்தவர். எங்கள் ட்ரூப்பில் அனைவர் மனத்திலும் நீங்கா இடம் பெற்றவர். கிட்டத் தட்ட எங்கள் CEO அவர் என்றே சொல்லலாம். Selfless Person.

'Crazy' Thoughts

ஒரு கலைஞன் இல்லாதபோதும் பெருமை தொடரலாம். ஆனால் அப்பெருமை அக்கலைஞன் இருந்தபோது உருவாக்கியது.

அவர் இப்போது இல்லை என்பது என் மனதிற்குள் பதிவாகவில்லை. 'கிரேசிக்கு ஒரு போன் போடலாமே' என்று ஒரு வினாடி சிந்தனை தோன்றி மறைவதும் உண்டு.

என் மனதிலும், என் தொடர்பு எண் பட்டியலிலும் அழியாத, அழிக்க முடியாத சில பெயர்கள் இருக்கின்றன. K B சார், நாகேஷ் சார், அனந்து சார், சந்திரஹாசன்... இப்போ மோகன். இது நட்பையும் தாண்டியது. அவரை மோகனஹாசன் என்றே சொல்லலாம்.

Crazy மோகன் is a simple man. 'இது நான் சொன்னது, இது நான் எழுதினது, இது என்னோடது' என்று அவருக்கு எந்த எண்ணமும் கிடையாது. தான் சிந்தித்தவற்றை, பக்கத்தில்

இருப்பவர்களுக்குக் கொடுப்பதில் அவருக்கு ஒருபோதும் எந்தத் தயக்கமும் இருந்ததே இல்லை. பேனாவைத் திறந்தால் எழுத்து வரும்.

வரும் என்கிற நம்பிக்கை இருப்பவர்களுக்கு மட்டும்தான் அந்தத் துணிச்சல் வரும். அவரிடம் நகைச்சுவை மட்டும்தான் இருந்ததே தவிர, போட்டி, பொறாமை, வீண் வம்பு என்று எதையும் நான் பார்த்தது இல்லை.

அவருடைய craziness ஒரு ஒட்டுவாரொட்டி. எனக்கும் அந்த வியாதி உண்டு. அதை நான் சந்தோஷமாகப் பயன்படுத்திக்கொண்டு இருக்கிறேன்.

மோகன் மாதிரி tangential-ஆக humour யோசிக்கிற ஆள் ‘யாம் அறிந்த இந்தியாவிலே எங்கும் காணோம்.’ இதை பாரதி சொன்ன அதே திமிருடனேயே நானும் சொல்கிறேன்.

நாகேஷ், மௌலி, நான், மோகன் எல்லாம் ஒரு lineage. I definitely think a connecting wire runs between us. என் கதையில், அவர் கதை கொஞ்சம் கலக்காமல் இருக்காது. மோகன் கதையில் மௌலி சார் கதை கலக்காமல் இருக்காது.

இந்தியாவின் பெரிய காமெடி writer Mohan. ஆனால் உள்ளுக் குள் சீரியஸான ஆள். அவரது சீரியஸ் முகத்தை அவர் வெளியே கொண்டுவரவே இல்லை என்கிற என் வருத்தத்துக்கு பதில்தான் அவரோட ‘ரமணாயணம்’.

பொதுவாக சுடுகாடு என்பது முடிவைக் குறிக்கும். ஆனால் St. Mary's இடுகாட்டில் ஆரம்பித்த எங்கள் நட்பு, இன்றும் என்றும் Mohan அவர்களின் நகைச்சுவையைப் போல காலத்தால் அழியாதிருக்கும்.

கமல்ஹாசன்

22.08.2024

வாழ்த்துரை

திரு. கிரேஸி மோகன் அவர்களின் எழுத்தாற்றல் தனி பிரசித்தி உடையது. அவரை சுமார் 33 வருடத்திற்கு முன்பாக எனது நண்பர் திரு இராமநாதன் (பழம்பெரும் கர்நாடக சங்கீத வித்வான் திரு. ராம்நாத் அவர்களின் மகன்) அவர்களால் அறிமுகப்படுத்தப் பட்டேன். திரு. மோகன் அவர்களின் எழுத்தாற்றல், வசனம் என்றும் ஒரு unbelievable humour with profound message. மேலும் அவரது பாணியில் வம்புகளுக்குக் கண்டிப்பாக இடமில்லை. இது யார் மனதையும் புண்படுத்தாத humour. சிறிய குழந்தைகள் முதல் வயதானவர்கள் வரை ஈர்க்கும் இவரது பாணி. திரு. கிரேஸி மோகன் had a very great value system with which he lived, has made him a distinct human being.

Very happy to note that his able brother Mr. Madhu Balaji along with Crazy Creations team are carrying the legacy of Mr. Mohan with young fresh talents, thus keeping his humour and dialogues alive for next generation. This book containing Mohan's work is a great tribute for his contribution.

ரவி அப்பாசாமி

இந்த நாடகம்

இந்த நாடகத்தின் ஒரிஜினல் தலைப்பு 'மிஸஸ் அண்டர் ஸ்டாண்டிங்'. இதுல மாது ரொம்ப சாதுவான கேரக்டர். ரொம்ப பயந்த சுபாவம். மாதுவோட அம்மா பாலக்காட்டைச் சேர்ந்தவர். அப்பா தஞ்சாவூர்க்காரர். அதனால் வீட்டுல மொழிப் பிரச்சனை இருக்கும். அம்மாவினால் மலையாள பிராப்ளம்; அப்பாவினால் தமிழ் பிராப்ளம். அம்மா, அப்பாவுக்கும் இடையே மலையாளம், தமிழ் பிரச்சனை. அதனால் அவர்கள் ஒரு மாதிரியான மலையாளம் கலந்த தமிழில் பேசிக் கொள்வார்கள்.

மாதுவுக்குக் கல்யாணம் செய்து வைக்க வேண்டும் என்று அப்பா முடிவு செய்வார். பொண்ணு பார்க்க வரவேமாட்டேன் என்று மாது சொல்வான். அதனால் மாப்பிள்ளையைப் பார்க்க பெண்ணை வரச்சொல்லி விடுவார்கள். பொண்ணு கல்கத்தாவில் இருப்பாள். அவளுடைய அப்பா அங்கு ரயில்வேயில் வேலை செய்து கொண்டிருப்பார். அவர், தன் பெண்ணை அழைத்துக் கொண்டு, மாப்பிள்ளையை பார்ப்பதற்காக மாது வீட்டிற்கு வருவார். வந்து பார்த்ததும் கல்யாணம் நிச்சயமாகும். எல்லாரும் பெண்ணிடம்,

'மாது ரொம்ப சாது. நீதாம்மா அவனை பார்த்துக்கணும்'னு சொல்வாங்க. உடனே அந்தப் பெண் ஜானகி, 'நீங்க கவலைப் படாதீங்க. நான் எல்லாத்தையும் பார்த்துக்கறேன்'னு சொல்வாள். 'இல்லைம்மா...! யாராவது ஒண்ணும், ஒண்ணும் நாலுன்னு சொன்னாக்கூட மாது நம்பிடுவான்' என்று அம்மா சொல்வாள். 'நீங்க கவலைப்படாதீங்க. அப்படி யாராவது ஒண்ணும் ஒண்ணும் நாலுன்னு சொல்லி, அதை மாது நம்பினார்னா, சத்தியமா அது நானாகத்தான் இருக்கும். வேறு யாரும் இருக்க முடியாது. அந்த அளவுக்கு அவரை நான் மாத்திக் காட்டறேன்' என்று அவள் தன்னுடைய அதிகாரத்தைக் காட்டுவாள்.

கல்யாணம் முடிந்த பிறகு ஒரு நாள் இரண்டு பேரும் ஒரு 'ரெஸ்டாரண்ட்'டுக்குப் போவாங்க. கல்கத்தாவில் ஜானகி இருந்த போது, அவளுடன் ஒருவன் நண்பனாகி இருப்பான். ரொம்ப நல்லவன். அவனும் அங்கு வருவான். ஜானகியைப் பார்த்துப் பேசிக் கொண்டிருப்பான். மாது சாதுவாக இருந்தாலும் சந்தேகப் பிராணி. மாதுவோட நண்பன் ஒருத்தன் வண்ணான் - சின்னான்னு பேரு. அவன்கிட்ட போய் கேட்பான். அவன், 'ஐயையோ! இந்த மாதிரியெல்லாம் பேச விடாதே! இந்த மாதிரிதான் முதல்ல பேசுவாங்க. அப்புறம் இழுத்துண்டு ஓடிடுவாங்க. கல்கத்தாவிலிருந்து வந்தவங்க Broad mindedங்கற பேர்ல, ரொம்ப பொண்ணுங்ககூட பழகுவாங்க. அதனால நீ கொஞ்சம் ஜாக்கிரதையா இருக்கணும்' என்று சொல்வான். அதனால மாதுவுக்குக் கொஞ்சம் சந்தேகம் வரும். அந்த நண்பன் பெயர் வெங்கி.

ஆபீஸ் வேலையாக சென்னைக்கு வந்த வெங்கியை, ஜானகி தன் வீட்டிலேயே தங்கச் சொல்வாள். அவனும் வந்து விடுவான். வெங்கி வீட்டுக்கு வந்தவுடன் மாதுவுக்கு சந்தேகம் ஜாஸ்தியாகி விடும். ஆனால், வெங்கி, ஜானகி என்ற பெயர் கொண்ட வேறு ஒரு பெண்ணை காதலிப்பான். இவர்கள் காலேஜில் இரண்டு ஜானகிகள் உண்டு. இவோ, ஜானகி ஒன்; அவோ ஜானகி டூ ! ஜானகி 'டூ'வை வெங்கி காதலிப்பான். அதனால அவர்கள் பேசிக் கொண்டிருக்கும் போது அடிக்கடி 'ஜானகி...ஜானகி' என்று வரும். இவன் அதை ஒட்டுக் கேட்டுட்டு, தன்னுடைய மனைவி ஜானகியைத்தான் வெங்கி காதலிக்கிறான் என்று தப்பா கணக்கு போட்டுடுவான். இதற்கு என்ன செய்யலாம் என்று யோசித்து, வெங்கியை கொலை செய்து விடலாம் என்று முடிவு செய்வான்.

மாதுவினுடைய ஒவ்வொரு முயற்சியும் தோல்வியடையும். அவனை மாதிரி டிரஸ் செய்து கொள்ள முடிவு செய்வான், தோல்வியடைவான்; அவனைப் போல தாடி வைத்துக் கொள்ள

முயற்சிப்பான், தோல்வியடைவான். அதுக்கப்புறம் அவனை கொல்றதுன்னு முடிவு பண்ணி, அதிலும் தோல்வியடைவான். கடைசில, வெங்கி ஜானகியிடம், 'நான் ஜானகியோட ஊரை விட்டே ஓடிப் போயி, கல்யாணம் பண்ணிக்கப் போறோம். ஏன்னா, எங்க இரண்டு பேர் வீட்டுலயும் ஒத்துக்க மாட்டேங்கறாங்க' என்று சொல்வான். அதை மாது ஒட்டுக் கேட்டு விடுவான். தன்னுடைய மனைவி ஜானகியுடன்தான் வெங்கி ஓடப் போகிறான் என்று நினைத்துக் கொள்வான். வெங்கி, அந்த ஜானகியை அழைத்துக் கொண்டு என்றைக்கு ஊரை விட்டுப் போவதாகச் சொன்னானோ, அன்றைக்கு தன் அப்பா, அம்மாவுடன் மாது ரயில்வே ஸ்டேஷனுக்குப் போவான். அங்கே இவனுடைய மனைவி ஜானகியும் வந்திருப்பாள். அப்போதுதான் மாதுவுக்கு எல்லா உண்மைகளும் தெரியவரும்.

இவனுடைய மனைவி ஜானகியும் வெங்கியும் மாதுவை 'இப்படியா மனைவியை சந்தேகப்படுவ...!' என்று கோபித்துக் கொள்வார்கள். கடைசியில மாது மனைவி ஜானகி Pregnant ஆவாள். சுபமாக நாடகம் முடியும். இது முழுவதும் நகைச்சுவையாக இருக்கும்.

இந்த நாடகத்துக்கு 'மிஸஸ் அண்டர்ஸ்டாண்டிங்'ன்னு பெயர் வைத்தோம். காரணம், மனைவியை புரிஞ்சுக்காம இருக்கான் என்பதற்காக. நாங்கள் 'காஸினோ' தியேட்டரில் ஒரு ஆங்கிலப் படம் பார்த்தோம். அது ஒரு 'சீரியஸ்' கதை. அன்றைக்கு ராத்திரியே மோகன், 'நம்பளோட அடுத்த நாடகம் 'மிஸஸ் அண்டர் ஸ்டாண்டிங்'ன்னு சொன்னான். 'என்னடா மோகன் கதை?'ன்னு கேட்டேன். 'டைட்டில் வெச்சாச்சு; பார்த்துக்கலாம்' என்று சொன்னான். கடைசில இந்தக் கதையை சொன்னான். 'ஆனா இதையெல்லாம் நகைச்சுவையா சொல்லப் போறோம்' என்றான். அதுதான் இந்த நாடகம்.

இந்த நாடகத்தில் மலையாளக் கேரக்டர், மாதுவோட அம்மா கேரக்டர், ரொம்ப பாப்புலர் ஆச்சு. அவளுக்கு நிறைய 'அவார்டு' எல்லாம் கூட கிடைச்சுது. நளினின்னு ஸ்டேட் பாங்க்ல இருந்தாங்க. நளினியும் அப்பா ரமேஷும் அடிக்கிற லூட்டி இந்த நாடகத்துல ரொம்ப hilarious ஆக இருக்கும். இந்த நாடகத்தை இரண்டு, மூன்று முறை 'ரிவைவ்' பண்ணி போட்டிருக்கிறோம். நிறைய தடவை மேடையேற்றியிருக்கிறோம். 45 வருஷமாக இந்த நாடகத்தை நடத்திக் கொண்டிருக்கிறோம். அதுதான் கிரேஸி மோகனுடைய ப்ளஸ் பாயிண்ட்.

மாது பாலாஜி

அல்லயன்ஸ்ஸூடன் அல்லயன்ஸ்...

125 வருஷங்களாக இருக்கும் அல்லயன்ஸ் கம்பெனியுடன் எங்களுக்கு ரொம்ப வருஷங்களாகத் தொடர்பு உண்டு. எங்க அப்பா மைலாப்பூர் பிராஞ்ச் இந்தியன் பாங்க்ல அக்கௌண்ட்டண்ட்டா இருந்த காலத்துலேந்தே தொடர்பு உண்டு. அங்கிருந்து நிறைய புஸ்தகங்களை வாங்கி படிச்சிருக்கார்... விரும்பி கேட்டு வாங்கிப் படிப்பார். ஸ்ரீநிவாஸனுடைய அப்பாகிட்டயும், ஸ்ரீநிவாஸன்கிட்டயும் கேட்டு வாங்கிப்பார். ஏன்னா, எங்க அப்பாவுக்கு படிக்கற ஆர்வம் ரொம்ப உண்டு. எங்க அப்பா மாதிரியே மோகனுக்கும் படிக்கற ஆர்வம் இருந்து, அவனும் அல்லயன்ஸ் கம்பெனிலேந்து நிறைய வாங்கி படிப்பான்.

மோகன் எழுத ஆரம்பித்து, ஒரு கட்டத்துல, மைலாப்பூர்ல ஸ்ரீநிவாஸனை சந்திக்கறச்சே எல்லாம், 'சீனு...! நான் உங்க ஆபீஸுக்கு வரேன்... வரேன்...! எங்க டிராமாவ எல்லாம் புஸ்தகமாப் போடணும்' என்று சொல்லிக் கொண்டே இருப்பான். ஸ்ரீநிவாஸன் சாரும் 'வாங்க சார்... வாங்க சார்...'ன்னு சொல்லிக் கொண்டே இருப்பார். சோ சாரும் மோகன் கிட்ட, 'உன் புஸ்தகங்களை யெல்லாம் அல்லயன்ஸ் மூலமா கொண்டு வா. பாதுகாப்பா இருக்கும். நாளைக்கு வருங்கால சந்ததியினருக்கு மிகவும் usefulஆ இருக்கும்' என்று ஒரு தடவை சொன்னார்.

இந்த முயற்சி ரொம்ப நாளா நடந்துண்டே இருந்தது. எல்லாத்துக்கும் மேல மோகன் தன்னுடைய 'டைரி'யில எழுதி வெச்சிருந்தான். அதை நான் மோகன் இறந்து போனதுக்கப்புறம்தான் பார்த்தேன். 'என்னுடைய எழுத்துக்கள் அனைத்தும், நாடகங்கள் மட்டுமல்ல, அனைத்து எழுத்துக்களும் அல்லயன்ஸ் கம்பெனி மூலம்தான் வெளிவரவேண்டும்' என்று எழுதியிருந்தான். ஆனால், முன்னாடி நாங்கள் ஓரிரு புத்தகங்களை வேறு சில பதிப்பகங்களுக்குக் கொடுத்திருந்தோம். அதையெல்லாம் கூட, அவர்களிடம் அனுமதி பெற்று, அல்லயன்ஸ் கிட்ட கொடுத்திருக்கேன். என்ன காரணம்னா, என்னுடைய future generation பேரன்... கொள்ளு பேரன்.... இவங்களெல்லாம் மைலாப்பூர்லதான் naturalஆ வாழப் போறாங்க. இல்லை... வேற எங்கயாவது இருந்தாக்கூட, இந்தப் பக்கம் வந்தால், அவங்களுக்கு தாத்தாவோட contributions வேணும்னா அவர்கள்

அல்லயன்ஸுக்குப் போய் வாங்கிக் கொள்ளலாம். ஒரே இடத்துல எல்லாம் இருந்துதுன்னா சௌகரியமா இருக்கும். அதனாலதான் நான் உடனடியாக ஸ்ரீநிவாஸனிடம் தொடர்பு கொண்டு, வேலையைத் துவக்கினோம்.

ஸ்ரீநிவாஸனுடைய மகன் பிரஷாந்த்தான் என்னுடன் co-ordinate பண்ணினார். Excellent person. அதாவது கண்டிப்பா அல்லயன்ஸ் ஒரு *70…80…* வருஷங்களுக்கு Solidஆ இருக்கப் போறதுங்கறதுக்கு உதாரணம் பிரஷாந்த். ஒவ்வொரு விஷயத்தையும் கேட்டுக் கேட்டு, அவ்வளவு நன்றாக வேலை செய்கிறான். இது எனக்கு மிகவும் சந்தோஷம். ஏன்னா.. வேலை ரொம்ப speedஆக நடக்கிறது. மோகனுடைய எழுத்துக்கள் அனைத்தும் புஸ்தக வடிவில், அல்லயன்ஸ் மூலம் வெளிவரும்.

சோ அவர்கள் சொன்ன 'ஜோக்' ஒண்ணுதான் ஞாபகத்துக்கு வருது. 'ஜெனரல்லா அல்லயன்ஸ்னாக்கா ஒரு எலக்ஷன் வரைக்கும் கூட தாங்காது. நூறு ஆண்டுகள் தாங்கின அல்லயன்ஸ் இந்தியாவிலேயே இது ஒண்ணுதான் இருக்கும்.' சோ சொன்னதையேதான் நானும் சொல்றேன். எங்கள் கிரேஸி மோகன், கிரேஸி கிரியேஷன்ஸ் கூட வந்த அல்லயன்ஸ் காலம் முழுவதும் நீடிக்கும் என்று உறுதியாக சொல்கிறேன்.

மாது பாலாஜி

Thank You...

I thank our sponsors - **Appaswamy Real Estates, iSolve, The India Cements Limited, Leap Sports and Chennai Super Kings** - for having sponsored our stage plays for the past 35 years.

- Maadhu Balaji

I also appreciate the help of Shri. S. L. Nanu, Smt. Uthra Srinivasan and Smt. Shiela Srinivasan in bringing out this book.

இயக்குனரின் பார்வை

நாடகத் தலைப்பிலேயே காமடி செய்யும் கிரேஸி மோகனின் திறன் இந்த தலைப்புகளிலும் வெளிப்படுகிறது.

தப்பாக நினைப்பது Misunderstanding. மனைவியைத் தப்பாக நினைப்பதை Mrs Understanding என்று தலைப்பிட்டார் அவர். சாது மிரள்வதைக் கேள்விப்பட்டிருக்கிறோம். இந்த நாடகத்தில் சாதுவான கதாநாயகன் மாது மிரள்கிறார்.

தன் எல்லா நாடகங்களிலும் கதாநாயகனுக்கு 'மாது' என்று பெயரிட்டாலும், ஒவ்வொரு நாடகத்திலும் மாதுவிற்கு வெவ்வேறு குணாதிசயங்களைக் கொடுக்க கிரேஸி மோகன் தயங்கியதில்லை.

இந்த நாடகத்தில் மாது ஒரு சந்தேகப் பேர்வழி. கேட்கவா வேண்டும் கிரேஸி காமடி ஆறு கரைபுரண்டோட!!

தன் மனைவி ஜானகியின் நல்ல நண்பன் வெங்கியைச் சந்தேகப்பட்டு, கொல்லவும் முயற்சித்து, மாது பரிதாபமாகச் சொதப்புவது, உச்சகட்ட சிரிப்பு.

இந்த நாடகத்தில் மாதுவின் அம்மாவாகப் பாலக்காட்டு மலை

யாளத் தமிழ் பேசி அறிமுகமான நளினி தன் முதல் நாடகத்திலேயே அனைவரையும் அசத்தி அவார்டும் பெற்றார்.

நாடகக் காட்சிகளும் அவைகளுக்கு ஏற்ற திரைப் பாடல்களும் நாடகக் காட்சியில் வரும் நடிக நடிகையரே பாடி ஆடுவது போன்று ராஜ் டிவியில் நாங்கள் வழங்கிய ‘சி ரி க ம த நி’ என்ற வெற்றித் தொடரிலும் இந்த நாடகம் இடம் பெற்று சூப்பர் ஹிட் ஆனது.

S.B. காந்தன்

மோகனுடன் நான்...

இந்த நாடகம் அரங்கேறிய எண்பதுகளிலேயே பார்த்து சிரித்திருக்கிறேன். இதற்கு முன்பே மோகன் எழுதிய கிரேஸி தீவ்ஸ் இன் பாலவாக்கம், ஹனிமூன் கப்பிள், டெனண்ட் கமாண்ட்மெண்ட்ஸ் நாடகங்களில் அவரின் அபரா நகைச்சுவை என்னை ஈர்த்திருக்கிறது. நாம் எதிரே பார்க்காத சமயத்தில் ஒரு சிச்சுவேஷனை உண்டாக்கி அதில் ஒரு கண அதிர்ச்சி-பிறகு அதிர்வேட்டு என்பது போல நகைச்சுவை.

''மாது! ஒரு கிளாட் ந்யூஸ்!''

''சொல்லுடா?''

''பாங்க் ஆஃபீசர் எக்ஸாம்ல நானும் நீயும்...

ஒரு சின்ன இடைவெளி

ஃபெயில்!'' என்று முடிப்பார் சீனு.

இந்த Unexpected Twistல் அரங்கமே அதிரும். பின்னாளில் இதே நாடகம் டிவியில் வந்தபோதும் கூட எந்தவித ரெபெடிஷன் அலுப்பும் தெரியாதபடி ஆற்றுவெள்ளமாகப்போன நகைச்சுவையை ரசிக்க முடிந்ததென்றால் அது மோகனின் அபார எழுத்தாற்றல் என்பதில் சந்தேகமே வேண்டாம்!

எனக்கு மறக்காத அந்த நாரதகான சபா மாலைப்பொழுது, வருடம் 2011. தேவர்கள் பூமாரிபொழிந்திருக்கிறார்கள்! எனக்குத்தான் தெரியவில்லை. அன்றுதான் அவரை முதன் முதலாய்ச் சந்தித்தேன்.

கவனிக்க, சந்தித்தேன் என்று சொல்கிறேன்! ஏனெனில் அதற்கு முன் பல தடவை அவரைப் பார்த்திருக்கிறேன் - மேடைகளில், டிவியில், சினிமாவில், பத்திரிகைகளில்; ஆனால் சந்திப்பு அன்றுதான்.

அவர் முதல் வரிசை நான் மூணாவது. தயங்கவே இல்லை. சட்டென்று எழுந்து போய் கை குலுக்கி அறிமுகப்படுத்திக்கொண்டேன். தன்மையாக ஆனால் ஒருவித விலகலோடு அன்பாக பேசினார். சம்பிரதாயமான பாராட்டுகளைச் சொல்லி அவரைச் சந்தித்த மகிழ்ச்சியை வெளிப்படுத்தினபோதுகூட மென்மையான சிரிப்பு. ஆனால் விலகல் தன்மை!

அந்த க்ஷணத்தில் என்னவோ ஒரு உந்துதலில் சொன்னேன். ''உங்களைப்பத்தி சுஜாதாவோடு பல முறை பேசியிருக்கேன்!'' அவரிடம் சட்டென ஒரு மாற்றம்!

''சுஜாதாவை உங்களுக்குத் தெரியுமா?''

''நாற்பது வருடப் பழக்கம் சார்!''

அவ்வளவுதான் - அங்கே ஒரு உருமாற்றம் நிகழ்ந்தது. என் கைகளைப் பிடித்துக் கொண்டார். அந்த நொடியில் நாங்களிருவரும் போன ஜென்மாந்தரத்தொடர்பு கொண்ட மாதிரி நெருங்கினோம். சுஜாதா என்கிற ஒற்றை வார்த்தை எங்களை இணைத்துச் சங்கிலியால் கட்டிப்போட்டது. அடுத்த எட்டு வருடங்களும் வாரத்துக்கு ஒரு முறையாவது இரவு பத்து மணிக்குமேல் என் மொபைல் ஃபோன் சிணுங்காமல் இருக்காது.

''என்ன ரகு! தூங்கிட்டேளா?''

அடுத்து ஒரு மணி நேரம் சுஜாதா சுஜாதா தான்! அதன் தாக்கத்தில் தான் அவர் எனக்கு பெயரை மாற்றிவிட்டார்.

''பாலாஜி! ரகுவுக்கு ஒரு ஈமெயில் அனுப்பணும்!''

''எந்த ரகுவுக்கு?''

''நம்ம சுஜாதா ரகுவுக்குத்தான்!''

வல்லமை வலைப்பூவில் மோகன் இவ்வாறு எழுதினார்:

''....என்னமோ தெரியவில்லை எனக்கு இன்று ஏக மசக்கை, இந்த க்ஷணமே அமரர் சுஜாதாவின் 'கற்றதும் பெற்றதும்' படித்தே ஆகவேண்டுமென்று.... சுஜாதாவின் தோழரும் எனது நண்பருமான திரு.ரகுநாதன் அவர்களை தொடர்பு கொண்டேன்.

உடனடியாக க.பெ.வின் பாகம்-3 அனுப்பியதோடல்லாமல், மற்ற பாகங்களையும் வாங்கி அனுப்புவதாக கூறியிருந்தார்....ஏற்கனவே பல சுஜாதா புத்தக தானம் எனக்காக நிறைய செய்திருக்கிறார்....

அவரிடம் சொன்னேன் இம்முறை 'கற்றதும் பெற்றதும்' தாங்கள் விற்றதும் அடியேன் வாங்கியதுமாக இருக்கட்டுமே என்று.... மனுஷன் மறுத்து விட்டார்...

பழையபடி க.பெ. தும்மும் இலவச இணைப்பாகி விட்டது.... ஓஸியில் படித்தால்தான் கிரேஸிக்கு ஒட்டும் போலிருக்கிறது.... மேலும் விற்க சுஜாதா என்ன வெறும் பொருளா.... எழுத்தச்சன், அவர் பரம்பொருள் அல்லவா.... எதற்கு இத்தனை முகாந்திரம் என்றால்....பாகம்-3 ல் சுஜாதா சார் என்னுடைய கவிதையை போட்டுள்ளார்....''

சுஜாதா மறைவுக்கு மோகன் எழுதிய வெண்பா,

கதையா ? கவிதையா ? கட்டுரையா ? கேட்போர்க்(கு)

எதையும் வழங்கும் எழுத்துப் -புதையலே

ஸ்ரீரங்க தேவதையே ஏரங்க ராஜனே

பாரிங்கு நீரின்றி பாழ்....

ஒரு நாள் காலை கிரேஸி மோகன் கூப்பிட்டார்.

''ரகு சார்! இன்னி சாயங்காலம் ஃப்ரீயா?''

''என்ன விஷயம் சார்?''

''கிருஷ்ணகான சபா வரேளா? நான் பேசப்போறேன்?''

''கண்டிப்பா! என்ன சப்ஜெக்ட்?''

சொன்னார். உடனே கிளம்பிவிட்டேன்.

கிட்டத்தட்ட முக்கால் மணி நேரம் சிரிக்கச் சிரிக்கப் பேசினார். எழுத்தாளர் தேவனை அவர் எப்படி உள் வாங்கியிருந்தார் என்பது தெள்ளென (என்ன அர்த்தம்?) புலப்பட்ட பேச்சு. அன்றிலிருந்து நாங்கள் எழுத்தாளர் தேவனின் கதைகளும் கட்டுரைகளும் பற்றியும் பேசத்தொடங்கிவிட்டோம்!

''சின்ன வயசுல அவர் எங்க வீட்டுக்கு அடுத்த வீடாம். ஓரோரு சமயம் என்னை மடியிலகூட தூக்கி வெச்சிண்டு இருக்காராம். அப்பா சொன்னார்! எனக்கு ''ஏதோ'' நகைச்சுவை எழுத வரதுக்கான காரணம் இப்ப புரியறதா?''

ஏதோ நகைச்சுவையாம்! மோகனுக்கு என்ன தன்னடக்கம் பாருங்கள்! தேவன் இருந்திருந்தால் மோகனின் வயசையும் மீறி இப்போதும் மடியில் வைத்துக் கொஞ்சியிருப்பார்!

''பால் குடத்தை நோக்கிப் படையெடுக்கும் எறும்புகளாய்,

தோல் குடத்தைத் தொத்த வரும் தீவிர வியாதியெலாம்

மால் படுத்த அரங்கன் மணிவண்ணன் பேர் சொல்ல
வால் சுருட்டிக் கொள்ளுமாமே ,பெருமாளே சரிதானே..''
''பெருமாளே சரிதானே''

என்று கேட்டுக்கேட்டு வெண்பா எழுதின மோகன் இன்றில்லை.

''அவர் நல்ல நகைச்சுவையாளர் மட்டுமில்லை, நல்ல மனிதர்'' என்றெல்லாம் எழுதினால் ''ரொம்ப பிளேடு போடாதீங்க ரகு சார்!'' என்று மேலிருந்து அவரின் வெண்கலக் குரலில் சத்தம் போடுவார்! ஆகவே அவரை celebrate செய்வதுதான் அவருக்கு உவப்பு என்பதால் எங்களின் தியேட்டர் மெரீனாவும் அப்பாஸ் கல்சுரலும் சேர்ந்து கிரேஸி மோகனுக்கு Celebrating Crazy என்னும் ஒரு நிகழ்ச்சி நடத்தினோம்.

எனக்கும் கிரேஸி மோகனுக்குமான நட்பு பற்றி சில வார்த்தைகள் நான் பேசுவதிலிருந்து தொடங்கி ஹிந்து பாலாவின் இசைக்குழு அபார பாடல்கள் பாடினார்கள். அத்தனையும் மோகன் பங்கேற்ற அல்லது அவருக்குப் பிடித்தமான பாடல்கள். நடு நடுவே மோகனின் அபார காமெடி சினிமா கிளிப்பிங்.

நான் எழுதிய திருவரங்கண் நாடகத்தின் Icon ஆக இருக்கும் ஸ்ரீரங்கம் ரங்கநாதனின் உருவச் சிலையை கிரேஸி குழுவினருக்கு நினைவுப் பரிசாக அளித்தோம். கூடவே கேஷவ் வரைந்த சாக்லேட் கிருஷ்ணா மோகனும் கிரேஸி மோகனும் கைகுலுக்கும் அபார கார்ட்டூன் கொண்ட போஸ்டரையும் - நிகழ்ச்சிக்கு வந்திருந்த பார்வையாளர்கள் கையெழுத்துப்போடவைத்திருந்தோம்- கிரேஸி குழுவினருக்குச் சமர்ப்பித்தோம்.

மோகன் மறைந்தபிறகு யூ ட்யூபிலும் மேடைகளிலும் சகோதரர் மாது பாலாஜியின் ஆத்மார்த்தமான பேச்சு - அவர் சொல்கின்ற ஒவ்வொரு அனுபவமும் மோகனின் பர்சனாலிட்டியை எடுத்துக் காட்டி அவர் இல்லா வெறுமையை அதிகரிக்கச் செய்கின்றன.

2019ம் வருஷம் நான் ஜெர்மனிக்குப் போய்விட பல நாட்கள் ஃபோன் பேச இயலாமல் மோகன் ஈமெயில் அனுப்பியிருந்தார்.

''என்ன ரகு ஆளையே காணோமே?''

ஜூன் பதினைந்து ஊருக்கு வந்துடறேன் சார் - என்று பதில் போட்டேன்.

''வாங்க வாங்க! வந்தவுடனே சந்திப்போம்'' என்று எழுதி யிருந்தார்.

ஆனால் வாக்குத் தவறிவிட்டார். அவசர அவசரமாக ஜூன் பத்தாம் தேதியே பெருமாளின் அழைப்பை ஏற்றுக்கொண்டுவிட்டார்.

இனி அவரை எங்கேபோய்த்தேடிக்கண்டு பிடிப்பேன்!

''கள்ஒழுகு மலர்தேடி கருவண்டு மொய்ப்பதுபோல்
உள்ஒழுகும் உணர்வுக்கு ஓடிவரும் ஒப்பில்லா
கள்ளழகன் கார்வண்ணன் காகுத்தன் கண்ணனென்று
தெள்ளமுதப் பிரபந்தம்சொல் பெருமாளே சரிதானே.....''

மோகனே எழுதி வைத்துவிட்டுப் போய்விட்ட தெள்ளமுதப் பிரபந்தம்தான் இனி மிச்ச நாட்களில் நமக்கு என்று விதி முடிவு செய்து விட்டது!

பாலாஜியும் கிரேஸி கிரியேஷன்ஸ் நண்பர்களும் இனி நடத்தப் போகும் மோகனின் ஸ்கிரிப்ட் நாடகங்களும், ஜோக்குகளும் வெண்பாவும் நம் இனிமையான அனுபவங்களும்தான் இனி நமக்கெல்லாம் தெள்ளமுதப் பிரபந்தங்கள்.

போய் வாருங்கள் மோகன்! We shall celebrate your life!

J. Ragunathan

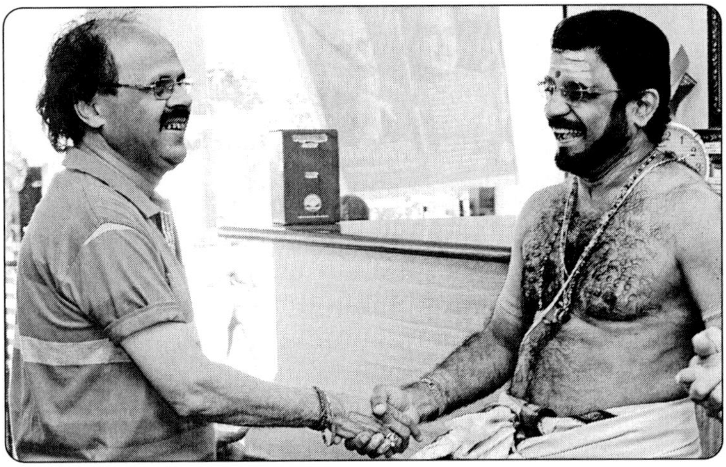

பாலாஜி கிட்ட பேசிட்டேன்

'சீனு! நான் கமலோட டிஸ்கஷன் டிஸ்கஷன்னு ரொம்ப பிஸியா இருக்கேன். ஆனால் பாலாஜி கிட்ட பேசிட்டேன். அவனை 'ஸ்க்ரிப்ட்' எல்லாம் எடுத்துண்டு வந்து உன்கிட்ட கொடுத்திட சொல்லியிருக்கேன்.' நான் எப்போதெல்லாம் மோகனைப் பார்க்கிறேனோ, அப்போதெல்லாம் அவரிடமிருந்து வரக் கூடிய பதில். மயிலாப்பூர் மாட வீதியில் உள்ள வெற்றிலை கடையாகட்டும், விழாவாகட்டும், நாங்கள் இருவரும் இருந்த விழா மேடையாகட்டும், திருமண நிகழ்ச்சியாகட்டும் எங்கு பார்த்தாலும் இதே பதில்தான்.

எனக்கும் மோகனுக்கும் 1992 முதலிலேயே தொடர்பு ஏற்பட்டது. அப்போது நாங்கள் 'சோ' அவர்களின் நாடகங்கள், கதைகள் எல்லாவற்றையும் புத்தகங்களாக வெளியிட ஆரம்பித்தோம். தமிழ் நாடக உலகில் பிரபலமாக இருந்த ஒய்.ஜி. மகேந்திரன், மௌலி, விசு, மௌீனா, எஸ்.வி.சேகர், கிரேஸி மோகன் போன்றவர்களின் நாடகங்களை எல்லாம் புத்தக வடிவில் கொண்டு வர எண்ணி, ஒவ்வொருவராக அவர்களது வீட்டிலேயே சென்று சந்தித்தேன். இவர்களில் சோ, மௌீனா ஆகியோரது நாடகங்களை வெளியிட்டோம். ஆனால், மற்றவர்கள் எல்லாம் அப்போதுதான் நாடகத்தில் வெற்றி பெற்று சினிமாவில் காலடி வைத்து மிகவும் பிஸியாக இருந்தார்கள். அந்த நேரத்தில்தான் எஸ்.வி. சேகரின் நாடகங்கள் எல்லாவற்றையும் ஒரே சமயத்தில், அன்றைய முதல்வர் ஜெயலலிதா வெளியிட்டார்.

சினிமாவில் நுழைந்த நாடக வெற்றியாளர்கள், அப்போது சென்னை தொலைக்காட்சியிலும் மிகவும் பிஸியாக இருந்தார்கள். இந்தச் சமயங்களிலும் மோகனை சந்திக்கும் போதெல்லாம், 'சீனு! பாலாஜி கிட்ட சொல்லிட்டேன்' என்ற பதில்தான். எவ்வளவு பிஸியாக இருந்தாலும் மோகன் நின்று பேசி விட்டுப் போவதோடு, எங்கள் வீட்டு மங்கல நிகழ்ச்சி, எங்கள் நிறுவன புதிய கட்டிட திறப்பு விழா, எங்கள் அலுவலகத்திற்கு ஸ்ரீ காஞ்சி பெரியவர் விஜயம் போன்ற நிகழ்ச்சிகளுக்குத் தவறாமல் வந்து விடுவார்.

ஒரு சமயம் சென்னை புத்தகக் காட்சியில் நான் செயலாளராக இருந்த போது, மோகனை சிறப்புப் பேச்சாளராக அழைத்திருந்தேன். அன்று நல்ல மழை. எல்லோரும் இந்த நிகழ்ச்சி ரத்து ஆகி விடும் என்று எண்ணினர். ஆனால், மோகனுடைய பேச்சைக் கேட்க வந்திருந்த கூட்டத்தைப் பார்த்ததும், குடையை பிடித்துக் கொண்டு, மோகன் மேடையேறி, 'மழை பெரியதாக இருக்கிறது. மழையை விட நீங்கள் அதிகமாக இருக்கிறீர்கள். நீங்கள் பேசச் சொன்னால் நான் பேசுகிறேன்' என்று 'மைக்'ல் பேசியவுடன், கூட்டத்தினரும் குடையுடன் பேச்சை ஆர்வமுடன் கேட்கத் தொடங்கினர். இயற்கை மழையுடன், நகைச்சுவை மழையையும் சேர்த்து அறுசுவை அவியல் போல் மக்கள் ரசித்தனர். மறக்க முடியாத நிகழ்ச்சி இது. மோகனுக்கும் மிகவும் மகிழ்ச்சி.

அங்கேயும் புறப்படும் போது, 'சீனு! பாலாஜிகிட்ட சொல்லிட்டேன்' என்ற பதில்தான். நாட்கள், மாதங்கள், வருடங்கள் ஓடின. மோகனும் சிரித்து, சிரிக்க வைத்து இயற்கை எய்தி விட்டார். பிறகு பாலாஜியை, கபாலி கோயிலில் சந்திப்பேன். நீண்ட நேரம் பேசுவோம், பேசுவோம், பேசிக் கொண்டேயிருப்போம். இப்படியே ஒரு சில வருடங்கள் ஓடின. எல்லாவற்றிற்கும் நேரம் வர வேண்டுமே! இப்போதுதான் வந்தது. அதுவும் சாதாரணமாக இல்லை. பாலாஜி தங்களது நாடக ஸ்க்ரிப்டையெல்லாம் தேடும் போது, மோகன் எழுதிய டைரியை படித்து, உடனே எனக்கு போன் செய்து, 'சீனு! மோகன் தன் டைரியிலேயே, 'என்னுடைய புத்தகங்கள் எல்லாம் அல்லயன்ஸ் கம்பெனியில் தான் வர வேண்டும்' என்று எழுதியிருக்கான்' என்று தழுதழுத்துக் கூறினார். டைரி மூலமாக தனது நிலையை தெரிவித்த மோகனுக்கும், அதை என்னிடம் அன்புடன் தெரிவித்த பாலாஜிக்கும் எனது மனமார்ந்த நன்றி. கிரேஸி மோகன் பாலாஜியிடம் பேசி விட்டார்; பாலாஜியும் ஸ்க்ரிப்டையெல்லாம் தந்து விட்டார்; புத்தகங்களும் வந்து விட்டன. வாசகர்கள் எல்லாவற்றையும் வாங்கி ஆதரவு தெரிவிப்பார்கள் என நிச்சயம் நம்புகிறேன்.

அல்லயன்ஸ் ஸ்ரீநிவாஸன்

125வது ஆண்டில்...

தமிழில் நல்ல நூல்களை வெளியிட்டு வரும் அல்லயன்ஸ் ஸ்தாபகர் ஸ்ரீ வி. குப்புஸ்வாமி ஐயரை நான் பாராட்டுகின்றேன்.

- மகாத்மா காந்தி

நீதிகளைக் கற்பிக்கும் சிறுகதைகளையும், புதிய நாடகங்களையும், பல மொழிபெயர்ப்புக்களையும், இன்னும் பல விஷயங்களையும் எளிய அழகிய நடையில் வெளியிட்டுவரும் அல்லயன்ஸாரை நான் பாராட்டுகின்றேன்.

- மகாமகோபாத்தியாய டாக்டர் உ. வே. சுவாமிநாத ஐயர்

தமிழில் பல அழகிய புத்தகங்களை வெளியிட்டுவரும் அல்லயன்ஸாருக்கு நன்றி செலுத்தி அவர்களைத் தமிழ் மக்கள் ஆதரிக்க வேண்டுகின்றேன்.

- சி. ராஜகோபாலாச்சாரி

உலக சிரேஷ்டர்களின் சரிதையை எழுதுவதும் படிப்பதும் நமக்கு நல்லதையே செய்யும். அறிவை ஊட்டுவதற்கு இதுபோன்ற நூல்கள் பேருதவியாக இருக்கும். அல்லயன்ஸ் கம்பெனியாரோ பல பெரியோர்களின் சரித்திரத்தை வெளியிட்டவர்கள். மக்கள் நன்மையைக் கருதி உயர்ந்த நூல்களை வெளியிடும் அல்லயன்ஸ் கம்பெனியாருக்கு தக்க ஆதரவு கிடைக்குமென நம்புகிறேன். வந்தே மாதரம்.

- எஸ். சத்தியமூர்த்தி

இம்மாதிரியான புத்தகங்களை நமது பள்ளிகளில் இருக்கும் மாணவர்களுக்குக் கொடுப்பது அவசியம். இவைகளின் வழியாக நமது இளைஞர்கள் தேச சேவையைச் செவ்வையாகக் கற்றுக் கொள்ளலாம். இதுபோன்ற நூல்களை வெளியிடும் அல்லயன்ஸ் கம்பெனியாருக்கு தமிழ்நாடு என்றும் கடமைப்பட்டுள்ளது.

- முன்னாள் மத்திய மந்திரி டாக்டர் ப. சுப்பராயன்

நம் நாட்டுக்கு ஏற்பட்ட தனிப்பெருஞ் செல்வம் அதற்குக் கிடைத்த தலைவர்கள் என்று சொல்லலாம். வேறு எந்த நாட்டிற்கும் கிடைக்காத தலைமை நமக்கு உண்டு. தக்க சமயம் பார்த்து அல்லயன்ஸ் கம்பெனியார் இதுபோன்ற தேசபக்தர் நூல்களை வெளியிடுவதை நான் பாராட்டுகின்றேன்.

- முன்னாள் முதலமைச்சர் எம். பக்தவத்சலம்

தற்போது அல்லயன்ஸ் கம்பெனியார் தமிழ் உலகத்திற்குத் தந்துள்ள இதுபோன்ற அரிய ஜீவிய சரித்திரம் உண்மையில் நமது நாட்டிற்கு படிப்பினையை பூர்வாங்கமேனும் அடைவதற்குப் பெரிதும் உபயோகமாக இருக்குமென்று நான் நிச்சயமாக நம்புகிறேன்.

- 'ஹிந்து' முன்னாள் ஆசிரியர் ஏ. அரங்கசாமி ஐயங்கார்

தலைவர்களின் வாழ்க்கைச் சரித்திரப் புத்தகங்கள் எந்த இலக்கியத்திலும் ஒரு முக்கிய அம்சமாகும். அல்லயன்ஸ் கம்பெனியார் மற்ற பிரசுரகர்த்தர்களைவிட அதிகமான வாழ்க்கைச் சரித்திரப் புத்தகங்களை வெளியிட்டு, இந்திய சுதந்திரப் போராட்டத்தை இதன் மூலம் ஊக்குவித்தனர்.

- 'தினமணி' முன்னாள் ஆசிரியர் ஏ.என். சிவராமன்

நமது பிற்கால சந்ததிகள் தெரிந்து கொள்ளுவதற்காகத் திறம்பட நமது பெரியோர்களின் சரிதைகளை சரியாக எழுதி வைக்கும் வழக்கம் நமது தேசத்தில் இல்லாமலிருந்து வருவது வருந்தத்தக்கதாகும். இந்தக் குறையைத் திறம்பட போக்கி வரும் அல்லயன்ஸ் கம்பெனியார் நமது பாராட்டுதலுக்கும் நன்றிக்கும் உரியவர்களாகிறார்கள்.

- ஆர்.கே. ஷண்முகம் செட்டியார்

தேச பக்தர்களின் நூல்களை மிகவும் உயர்ந்த முறையில் பிரசுரித்திருக் கிறார்கள்.

- ஆனந்த விகடன்

நல்ல புத்தகங்களை, தகுந்த ஆசிரியர்களைக் கொண்டு எழுதி வெளியிடும் தன்மையில் அல்லயன்ஸ் கம்பெனியார் சிறந்தவர்கள். இத்தகைய பொறுப்பும் பிரயோஜனமுமான வேலையை அல்லயன்ஸ் கம்பெனியார் மேலும் மேற்கொள்வார்களாக.

- குமரன் (பத்திரிகை)

அல்லயன்ஸ் கம்பெனியாரது ஊக்கம் மேன்மேலும் அதிகரிக்கும் வண்ணம் தமிழ் மக்கள் இதுபோன்ற தேசபக்தர்களின் புத்தகங்களுக்கு ஆதரவு அளிப்பார்கள் என நம்புகிறோம்.

- சுதேசமித்திரன்

மிகவும் சொற்ப விலையில் இப்புத்தகத்தை பிரசுரிக்க அல்லயன்ஸ் கம்பெனியார் முன்வந்திருக்கிறபடியால், அவர்களுடைய எதிர்கால தேசிய சேவைக்கு ஊக்கங் கொடுக்கும் விதத்தில், இப்புத்தகத்தைத் தமிழர்கள் ஏராளமாய் வாங்கி ஆதரிப்பார்களென்று நம்புகிறேன்.

- 'தினமணி' முன்னாள் ஆசிரியர் டி.எஸ். சொக்கலிங்கம்

The publishers have done a service to Tamil Nadu by publishing in Tamil the biography of one who was the foremost leader of Indian opinion in modern times - Mahatmaji - whose sacrifices and services in the cause of the country were unprecedented.

- The Hindu

We trust that the students and youth will make the best use of the Publication.

- The Indian Express

No library of modern literature will be complete, it can be safely affirmed, without the excellent books of The Alliance Company.

- The Free Press

The Alliance Co., that enterprising publishers of Madras deserves the thanks of all lovers of Tamil for the service to the language.

- Sunday Times

மயிலை அல்லயன்ஸ் கம்பெனியாரின் வெளியீட்டுத் திறத்தை ஈண்டு விரித்துக் கூறவேண்டியதில்லை. அதை நாடறியும். அவர்களால் வெளியிடப்பெற்ற நூல்கள் தமிழ் நாட்டுக்குப் பலவகைகளிலும் பயன் விளைத்து வருவது கண்கூடு. நாட்டு நலங்கருதி ஒழுங்கு முறையில் உழைக்கும் அவர்களுக்கு நாடு கடமைப்படுவதாக.

- திரு. வி. க.

அல்லயன்ஸார் யாதொரு இடையூற்றையும் பொருட்படுத்தாது சிறிதும் ஊக்கம் குன்றாது நடத்திவரும் இந்த நிறுவனத்தின் மூலம் ஈடு செய்ய முடியாத அளவிற்குத் தமிழிற்குச் செய்திருக்கும் தொண்டு மிகவும் வியந்து பாராட்டுதற்குரியது.

- பெ. நா. அப்புஸ்வாமி

Books Published by Alliance Co., are highly popular books.

- Rt. Hon'ble V. S. Srinivasa Sastri

மாது மிரண்டால்

காட்சி 1

கௌசல்யா சுப்ரஜா ராமா...

(மாது சோபாவில் துணியைப் போர்த்திக் கொண்டு தூங்கிக்கொண்டிருக்கிறான். மைதிலி Entry)

மைதிலி : மாது குழந்தை, எழுந்திக்கோடா. மணி ஏழரை யாக்கும்...

(ராமானுஜம் Entry)

ஏன்னா நம்ம குழந்தை மாதுவைக் காணலை யாக்கும்.

ராமா : மைதிலி... இன்னிக்கு மார்க்கெட்டுல என்ன கூட்டம் தெரியுமா? பரங்கிக்காயை வாங்கிட்டு வரதுக்குள்ள என்பாடு, உன் பாடுன்னு ஆயிடுத்து. இந்தா பிடி பரங்கிக்காயை.

மைதிலி : பரங்கிக்காயை விடுங்கன்னா.

ராமா : பரங்கிக்காயை விடறதா? விட்டா கீழ உழுந்து சிதறி உடைஞ்சுடும்.

மைதிலி : அய்யோ, நம்ம குட்டனை அவிட காணலையாக்கும்.

ராமா : அது யாரு குட்டன்?

மைதிலி : அதுதானே நம்ம குழந்தை மாது. அவனை காணலை யாக்கும்...

ராமா : இந்த பாலக்காட்டுக்காரியை கல்யாணம் பண்ணிண் டது பிராணவஸ்த்தையா இருக்கு. எதுக்கெடுத் தாலும்... தெரியலையாக்கும் பாலவாக்கம்... மதுர வாக்கம்ன்னு ஊர் பெயரா சொல்லிண்டிருக்கா...

மைதிலி : நம்ம சேட்டனை அவிட காணலையாக்கும்.

ராமா : அது யாரு சேட்டன்?

மைதிலி : அதுதான் நம்ம குழந்தை மாது...

ராமா : ஓ... மாதுவை தான் சேட்டன் குட்டன்னு சொல் றையா? அறிவு கெட்டவளே... உள்ள போய் பாரு, உன் சேட்ட குட்டன் படுக்கையில் நீட்டமா படுத்துண்டு இருப்பான்.

மைதிலி : பார்த்தேனாக்கும்... ஸயனறையிலே காணலை யாக்கும்.

ராமா : ஸயனறையா... பொல்லாத சயன அறை. பெரிய ஹம்ஸகாதூளி மஞ்சத்தில் உன் பையன் படுத்துண்டு இருக்கான்.

மைதிலி : சரி, Bedroomல பார்த்தேனாக்கும், காணலையாக்கும்.

ராமா : இரு, இரு, இப்ப என்ன சொல்லவரே? Bedroomல மாதுவை காணலையா... இல்ல... Bed roomமே காணாம போயிடுத்தா?

மைதிலி : எந்தா நீங்க விளையாடறது? நம்ம குழந்தை மாது வைக் காணலையாக்கும். எண்டே குருவாயூரப்பா...?

ராமா : ஆங்... என்னடா இது இன்னும் வரலையேன்னு பார்த்தேன். ஏண்டீ! உங்க ஊர்லே எதுக்குத்தான் குருவாயூரப்பனை இழுக்கறதுன்னு விவஸ்தையே கிடையாதா? பால் பொங்கினா சந்தோஷமா ஏ குருவாயூரப்பா. அதே பால் திரிஞ்சு போச்சுன்னா சோகமா எண்டே குருவாயூரப்பா... போற ரோட்டிலே எவனாவது மண்டைய போட்டு சாவுக்கு பால் வாத்தா கோபமா, ஏண்டா குருவாயூரப்பா-ன்னு கேள்வி கேட்பா போலிருக்கே...

மைதிலி : எந்தா நீங்கள் பேசுறது... மாதுவை காணலை யாக்கும். எண்டே குருவாயூரப்பா.

ராமா : நான் குருவாயூரப்பன் இல்ல டீ... மாதுவோட அப்பா...

(மாது எழுந்துகொள்கிறான்.)

மாது : சே... அம்மா... ஒண்ணு மலையாளத்துல பேசு. புரியாட்டா adjust பண்ணிக்கறேன். இல்ல, தமிழ்ல யாவது பேச கத்துக்கோ. நீ இப்ப பேசினது தமிழும் மலையாளமும் கலந்த புது பாஷை தலையாளம்...

மைதிலி : ஓ... மாது...

மாது : நான் O Madhu இல்லம்மா - R. மாது. எங்கப்பா பெயர் ராமானுஜம், ஓமானுஜமில்லே, கஷ்டம். நீங்க ரெண்டு பேரும் கல்யாணம் பண்ணிக்க போறீங்கன்னு தெரிஞ்சிருந்தா, நான் உங்களுக்கு பையனா பொறந்திருக்கவே மாட்டேன். வைரமுத்து பாஷையில் சொல்லணும்ன்னா 'கர்ப்பத்தில் நானே கலைஞ்சிருப்பேனே.'

ராமா : எல்லாம் என் தலையெழுத்துடா மாது! திருக் காட்டுப்பள்ளியில் வேலை பார்த்த நான் ஆபீஸ் டூர்ல பாலக்காட்டுப்பள்ளிக்குப் போய் இவளைக் கல்யாணம் பண்ணிண்டது பிராணவஸ்த்தையப் படறேன். உரக்கப் பேசுறா என்ன பிரயோஜனம்? ஊமையோட பேசறமாதிரிதான் ஒரு feeling...

மைதிலி : சேட்டா நோக்கு... நிண்ட அச்சன் என்னைக் காதலிச்சு கல்யாணம் பண்ணிண்டாராக்கும்...

ராமா : மறுபடியும் பார்... பண்ணிண்டாராக்கும்...

மாது : அம்மா... T. ராஜேந்தர் மட்டும் உன் காதலை வச்சு படமா எடுத்தார்னா மைதிலி என்னை காதலிக்கு பதிலா மைதிலியாக்கும் என்னையாக்கும் காதலியாக்கும்னுதான் டைட்டில் வச்சியிருப்பார். என்னம்மா இது குழந்தை பேசினாக்கூட Aeroplane-ஐ ஏயோபிளேன்னு புரிஞ்சுக்குமே? நீ என்ன பண்ணுவே... ஏரோவாக்கும், பிளேனாக்கும்... மீனம்பாக்கம் ஆக்கும்னு முடிக்கறதுக்குள்ள ஏரோபிளேன் Bombay போய் சேர்ந்துடும்.

மைதிலி : உள்ள கட்டில் மெத்தையில படுத்த சேட்டன் இவ்விட ஹாலுக்கு... எங்ஙனம் வந்து?

மாது : ஏம்மா டென்ஷன் ஆற...? உங்க பாலக்காட்டுக் காராளே எதுக்குமே உணர்ச்சி வசப்பட்டு overact பண்ணுவேளா? அதனால தான் புரியாத மலையாள படத்துக்கு ஜனாதிபதி புல்லரிச்சுப்போய் award கொடுத்துடறார்னு நினைக்கிறேன். ரொம்ப மோசம்ப்பா... போனவாரம் இப்படித்தான் மாமா ஊர்லேந்து வந்தப்ப ஹால்ல நின்னுண்டு 'ஓ மாமா வரணுமாக்கும்'னு சொன்னா என் காதுல, 'ஓ மாமா! மரணமாக்கும்'னு விழுந்தது. சரி... நான் நம்ம மாமாதான் மண்டைய போட்டுட்டார்ன்னு

சந்தோஷமா வந்து பார்த்தா இங்க ஹால்ல உட்கார்ந்துகொண்டு இருக்கார்.

மைதிலி : அது சரிடா கொழந்தை, அவ்விட கட்டில்ல மெத்தையில கிடந்த... நீ இவ்விட சோபாக்கு எப்படி வந்தது!

ராமா : அவ்விட கட்டில் மெத்தையோட காட்டன் சேட்டனுக்கு வாட்டமில்லையாக்கும் correct-ஆ?

மாது : ஆமாம்டா கொழந்தை?

மைதிலி : எந்தா மாது... இவ்விட ஹாலுக்கு எங்கன வந்து...

மாது : அம்மா, நான் சோபால படுத்துண்டதுக்கு பெரிய காரணம் இருக்கு... இப்பல்லாம் நீங்க பேப்பர் படிக்கறதே இல்லையா?

மஹாராஷ்ட்ரால என்ன நடந்தது தெரியுமா? ஒரு Colony-ல பயங்கரமான பூகம்பம். அந்த Colony-ல இருக்கிற எல்லா வீடுகளும் இடிஞ்சு விழுந்துடுத்து... எல்லாரும் செத்து போயிட்டாங்க. ஒருத்தரே ஒருத்தர் தவிர.

ராமா : அவ்வளவு பெரிய பூகம்பத்துல ஒருத்தர் மட்டும் தப்பிச்சாரா? எப்படிடா?

மாது : அவர் ரொம்ப சமயோசிதமா சோபா கம் பெட் மேல படுத்துண்டதுனால வீடு இடிஞ்சபோதும் அவர் மேல ஒரு செங்கல் கூட படல. ரெண்டுத்துக்கும் நடுவில் மாட்டிண்டு safe-ஆ தப்பிச்சுண்டுட்டார்.

ராமா : சரி... நம்மாத்துல தான் Sofa cum bed இருக்கு. நீயும் அதுல படுத்துண்டுருக்கே. கீழே எதுக்கு மெத்தயை விரிச்சுண்டுருக்கே?

மாது : நான் சும்மா இருப்பேனா? நான் எவ்வளவு ஜாக்கிரதையான ஆளு. Suppose சோபாவையும் மீறி கீழ விழுந்துட்டா அடிபடாம இருக்கத்தான்.

Voice : சார், இவன்தான் மாது. பரமசாது. இந்த மாதுவை சாதுவாக்கிய மாது பக்கத்துல நிக்கறாங்களே பாலக்காட்டு மைதிலி, இவங்க ரெண்டு பேர் நடுவில கிடந்து திண்டாடற ஜீவன் மாதுவோட அப்பா ராமானுஜம்.

(திரை)

காட்சி 2

ராமானுஜம் வீடு

(சீனு Entry)

மைதிலி : மாது... சீனு பிரண்டு வரான்.

(சீனு Entry)

மாது : அய்யோ... அவன் பொறண்டும் வரல, உருண்டும் வரலை. சீனு என் friend வந்திருக்கான். இத்தனை நேரம் தமிழைத் தான் கொன்னே... இப்ப English-யும் கொலை பண்ண ஆரம்பிச்சிருக்க...

ராமா : வாடா சீனு, எங்க வந்தே?

சீனு : இன்னிக்கு காத்தால 10:30 மணிக்கு எங்களுக்கு Bank officers Exam. அதான் மாதுவோட Combined studiesக்கு வந்தேன்.

ராமா : மணி இப்பவே 9.30 ஆகறது. இன்னும் என்னடா Combined studies?

மாது : இல்லப்பா... சீனு office தவிர சைடு பிஸ்னஸா ஒரு லாண்டிரி வச்சிருக்கான். So அவனுக்கு படிக்க Time கிடையாது. So அவனுக்கும் சேர்த்து combined-டா நான் மாடியில் படிச்சுண்டு இருந்தேன். என்னைப் பார்த்து Copy அடிச்சு அவன் Fail ஆயிடுவான்.

மைதிலி : சீனு, நோக்கு என்ன வயசாறது?

சீனு : முப்பத்தஞ்சு மாமி.

மைதிலி : 35 "O" (ஓ)

சீனு : 35தான் மாமி... அதை ஏன் 35A,35B,35Cன்னு பஸ் நம்பர்லாம் சொல்றேள்?

மைதிலி : சீனு, உனக்கு கல்யாணம் ஆயிடுத்தா?

மாது : ஓ...

சீனு : கல்யாணம் ஆயி பத்து வருஷமாச்சு.

ராமா : பார்த்துக்க... உன் வயசுப் பய... கல்யாணமாயி பத்து வருஷமாச்சுங்கறான். நீயும் இருக்கயே!

மாது : நான் என்ன பண்ணறது? அவாத்துல்ல அவனுக்கு சீக்கிரம் கல்யாணம் பண்ணி வச்சுட்டா.

மைதிலி : ஏன் நம்ம மாதுவுக்கு என்ன ஆச்சு!

சீனு : இன்னும் என்ன ஆகணும் மாமி? சாதாரணமா இவன் ஸ்கூட்டரை நாந்தான் ஓட்டறது வழக்கம். சரி, இவன் எப்படித்தான் ஓட்டறான்னு பார்க்க லாமேன்னு நேத்திக்கு இவன் கிட்ட ஸ்கூட்டரைக் கொடுத்தேன். The whole of Mambalam... வேண்டுதல் மாதிரி பிளாட்பாரம் ஓரத்துலேயே ஓட்டியிருக்கான்.

மைதிலி : ஏண்டா கொழந்தை?

மாது : நீதானடா சொல்லுவ - ஸ்கூட்டர்ல போகும் போது பத்திரமா ஓரமா போகணும்னு...

ராமா : அதுக்குன்னு Platform ஓரத்துலேயேவா ஓட்டுவா?

மாது : நான் இன்னும் ஓரமாக்கூட ஓட்டுவேன். கடைக் காரன்லாம் திட்டுவானேன்னுதான் அப்பப்ப Roadல வந்து Join பண்ணிக்கிறேன்.

ராமா : ஏண்டா, Government-ல பிரயத்தனப்பட்டு Roadன்னு ஒண்ணு போட்டு அதுல தார்லாம் போட்டுருக்கா- அதுலயும் போகலாமோல்யோ?

மாது : அதெல்லாம் நமக்கில்லப்பா... Car,Lorry-ன்னு heavy vehicleக்கு.

சீனு : சரி. ஓரமா போனாலும் atleast வேகமா போறானா, அதுவுமில்ல படு slow. இவன் பின்னாடி ஒரு வாட்டி Scooterல உட்கார்ந்துண்டு பாருங்க. ஒரு பயம் அடிவயத்தை கலக்கும். சரின்னு Scooter கிளம்பினவுடனே கண்ணை மூடிண்டு கொஞ்ச

நேரம் கழிச்சு கண்ணை திறந்து பார்த்தா நாம பொறப்பட்ட இடத்துலேயே இருப்போம். ஆனா வண்டிமட்டும் move ஆயிண்டே இருக்கும். அது என்ன டெக்னிக்கோ?

மாது : சரிடா, அதுக்காக நான் உன்னைமாதிரி வேக மாகவா போவா? சொன்னா நம்ப மாட்டேப்பா. இவன் 70,80 மைல் ஸ்பீட்ல போய் அதுலயும் திருப்தி இல்லாம Scooter-ஐ விட்டு கீழ இறங்கி முன்னாடி ஓடறான். அதுவும் எப்படி? வளைஞ்சு எட்டு போட்டுண்டே. போலீஸ்காரன் மட்டும் இவனைப் பிடிச்சான்னா சம்மன் கொடுக்கறதுக்கு பதிலா இவனுக்கு லைசன்ஸ் கொடுத்திருவான். அப்படியொரு எட்டு போடறான்.

சீனு : சரிடா. நான் எவ்வளவு வேகமா போனாலும் என்னிக்காவது ஒருநாள் accident பண்ணியிருக் கேனா?

மாது : எப்படிடா? accident ஆகறதுக்கு முன்னாடியே நீ spot-ஐ விட்டு fast-அ போயிடறியே?

சீனு : இவன் இப்படி இருந்தா தேறவே மாட்டான். Roadல ஒரு Traffic constable பார்த்தா போதும் உடனே கைய, கால வெரைச்சுண்டு ஒரு Salute. இவனை bankல சேர்த்ததுக்கு பதிலா போலீஸ் டிபார்ட்மெண்ட்ல சேர்ந்திருந்தா இவன் அடிக்கற Saluteக்கு இன்னிக்கு I.G. ஆயிருப்பான்.

ராமா : ஏண்டா Traffic சிக்னல் விழுந்தா போகவேண்டி யதுதானே? என்னடா Police-ஐ பார்த்து ‘சார் போகலாமா’ன்னு என்ன அசடாட்டம் கேள்வி?

மைதிலி : அதனால என்ன, நம்ம கொழந்தை கொஞ்சம் முன் ஜாக்கிரதையா இருக்கான்.

சீனு : என்ன மாமி, பச்சை விழுந்தா போக வேண்டியது தானே? அதுதானே Signal-வேற எப்படி சிக்னல் காட்டமுடியும்? அந்த சிக்னலை கழட்டி இந்த மூதேவி கைலயா தர முடியும்?

மைதிலி : சரின்னா, நம்ம கொழந்தை மாது கொஞ்சம் சாது. போகப் போக எல்லாம் சரியாப்போயிடும்.

ராமா : சாதுவா இருக்கலாம் டீ. ஆனா அசடா இருக்கக் கூடாது.

மைதிலி : சரின்னா, அவன் உங்களை மாதிரி இருக்கான்.

ராமா : சரிடி...! இப்ப நாம ரெண்டு பேர் இருக்கோம். பார்த்துப் பார்த்துச் செய்யறோம். நாளைக்கே இவனுக்கு ஒரு கல்யாணம் ஆச்சுன்னு வைச் சுக்கோ, மைதிலி சத்தியமா சொல்றேன். நாம ஒரு பெண்ணுக்கு தெரிஞ்சு செய்யற பெரிய துரோகம் என்ன தெரியுமா? இந்த பயலை அவ ளுக்குக் கல்யாணம் பண்ணறதுதான்.

மாது : அப்படி எனக்குக் கல்யாணமெல்லாம் வேண்டாம்.

ராமா : ஏண்டா வேண்டாம்?

மாது : அப்பறம் நான் சொன்னா கோவிச்சுக்கக் கூடாது.

ராமா : பரவாயில்லை. சொல்லுடா?

மாது : வெட்கமா இருக்குப்பா.

ராமா : பரவாயில்லை. சொல்லுடா.

மாது : அதான் சொல்லிட்டேனேப்பா வெட்கமா இருக்குன்னு...

ராமா : கல்யாணம் பண்ணிக்கவே வெட்கமா இருக்கா? மைதிலி! நாளைக்கு தருமபுரி ஆதினத்துலேந்து ஒரு அப்ளிகேஷன் பாஃம் வாங்கிண்டு வர்ரேன். உன் பிள்ளையை பண்டாரமா சேர்த்துடலாம்.

சீனு : டேய்... கல்யாணமே வேண்டாங்கறே. பின்னே ஏண்டா போனவாரம் பொண் பார்க்க மட்டும் போனே?

மாது : அந்த ஒரு Experience போதும்ப்பா. இனிமே நான் பொண் பார்க்கவே போக மாட்டேன். பொண் ணோடே அம்மா வாய்க்கு வாய் என் மக மீனுகுட்டி ரொம்ப அழகா இருப்போன்னு சொன்னா... சரி பொண்ணோட அம்மாவே இவ்வளவு அழகா இருக்காளே பொண்ணு எப்படி இருப்பானுட்டு அந்த மீனு குட்டி வரவுக்காக ரொம்ப ஆவலா

எதிர்பார்த்தேன். மீனுகுட்டி வந்தா... அவ மீனு குட்டி இல்லடா. சரியான யானைக்குட்டி. அவளை நீ பாக்கலையேன்னு வருத்தமே படாதே. இந்த பெருமாள் கோவில் யானை பாத்திருக்கியா? அதுக்கு அந்த நாமத்தை எடுத்துட்டு ஒரு குங்கு மத்தை இட்டுப்பார் - அதுதான் மீனு குட்டி!

மைதிலி : அவ்வளவு குண்டா?

மாது : நன்னா கேட்ட போ. நீங்க அன்னிக்கு பெண் பார்க்க வரலையே? அவ விரல்ல போட்டுண்டிருந்த மோதிரத்தை நீ கைல வளையலா போட்டிருக்கலாம்.

ராமா : பொண்ண பிடிக்கலைன்னா பிடிக்கலைன்னு சொல்லு. ஊரான் பெத்த பொண்ணை கமெண்ட் அடிக்காத.

மாது : எனக்கு கல்யாணமே வேண்டாம்ன்னு நான் decide பண்ணிட்டேன். கல்யாணம் ஆனா, மாமியார் மாட்டுப் பொண்ணு பிரச்சனை வரும். நம்ம வீட்டுல பிரச்சனை double. எங்க அம்மாவுக்கு ஏற்கனவே மொழிப்பிரச்சனை வேற.

மைதிலி : அதெல்லாம் ஒண்ணுமில்லை. நம்மாத்துக்கு ஒரு குட்டி வந்தெங்கில் எல்லாம் சரியா போயிடும்.

மாது : குட்டியா?

ராமா : ஆ! வெளக்கேத்தி வைக்க ஒரு குட்டி.

மாது : பார்த்தயா... வெளக்கேத்தி வைக்கற குட்டியை வேலைக்கார குட்டியோட சேர்த்துட்டா. மேலும் நான் கல்யாணம் வேண்டாம்னு சொன்னதுக்கு ஒரு பெரிய காரணம் இருக்கு... இப்ப எல்லாம் நீங்க paper படிக்கிறதே இல்லையா?

மைதிலி : அய்யய்யோ மறுபடியும் பேப்பரா?

மாது : சேலத்துல என்ன நடந்திருக்குன்னு பார்த்தயா? ஒரு வீட்டுல மாமியார் - மாட்டுப் பொண்ணு தகராறு. பையன்காரன் கல்யாணத்துக்கு அப்புறம் தன் பொண்டாட்டியை விட்டுட்டு அம்மாவையே support பண்ணிவச்சுருக்கான். One fine morning என்ன

ஆச்சு? ஒரு பாட்டில் கிரோசின், ஒரு தீக்குச்சி... பஸ்பம்... Close...

ராமா : போடா பித்துக்குளி மாமியார்... மாட்டுப் பொண்ணு சண்டையில கோழையா இருந்த ஒரு மாட்டுப் பொண்ணு தனக்குத்தானே தீ வெச்சுண்டு செத்து போயிட்டா... அதுக்காக எல்லா பொண்ணுங்களும் அந்த மாதிரி இருப்பாளா?

மாது : அதான் நானும் சொல்ல வந்தேன். எல்லா பொண்ணுங்களும் அந்த மாதிரி இல்ல... அந்த பொண்ணு என்ன பண்ணா தெரியுமா...? அந்த பையனை உக்காரவச்சு கொளுத்திட்டாப்பா?

(திரை)

காட்சி 3

ராமானுஜம் வீடு

(சீனு Entry)

சீனு : என்ன சார், வீடெல்லாம் ஒரே தடபுடலா இருக்கு.

ராமா : அது ஒண்ணுமில்லடா. என் close friend கல்கத்தா சேஷகோபாலன்னு இருக்கான். அவன் இன்னிக்கி அவன் பொண்ணு ஜானகிய அழைச்சுண்டு வந்து நம்ம மாதுவை பார்க்கப் போறான்.

சீனு : என்ன சார், பொண்ணு வந்து பையனை பார்க்கறதா? புது மாதிரியா இருக்கே.

ராமா : என்ன தப்பு? பையன் பொண்ணைப் பார்த்தா என்ன? பொண்ணு பையனைப் பார்த்தா என்ன? Actual-லா கல்யாணத்துலதானே முடிய போறது. உனக்குத்தான் மாதுவைப் பத்தி தெரியுமே? அவன் தான் பொண்ணு பார்க்கவே வர மாட்டேங்குறான். அதனாலே சேஷகோபாலனை அவன் பொண்ணை அழைச்சுண்டு வந்து பையனை பார்த்துட்டு போகச் சொன்னேன்.

சீனு : ஆமாம். கல்கத்தாலேந்து வரத்துக்கு அவாளுக்கு Train ticket-லாம் கிடைக்க வேண்டாமா?

ராமா : உனக்கு சேஷகோபாலனைப் பத்தி தெரியாது. கல்கத்தாலேந்து Madras-க்கு ரெண்டு நாளைக்கு ஒரு தடவை போயிட்டு, போயிட்டு, வந்திண்டுருப்பான். Infact சேஷகோபாலனுக்காக Coramandel Expressல தனியா ஒரு Compartment இருக்குன்னா பாரேன்.

சீனு : அப்போ Calcutta சேஷகோபாலனுக்கு Railway-ல ரொம்ப influence இருக்குன்னு சொல்லுங்க.

ராமா : நீ வேற. சேஷகோபாலன் கோரமண்டல் எக்ஸ்ப்ரஸ்ல கார்டா இருக்கான்.

(காலிங் பெல் சத்தம்)

சீனு : I think கல்கத்தா சேஷகோபாலன்தான்னு நினைக்கிறேன். நான் மாது ரெடி ஆயிட்டானான்னு பார்க்கறேன். (சீனு Exit... உப்பிலி, சேஷகோபாலன் Entry)

ராமா : வாடா சேஷகோபாலா... வா... வா... மைதிலி இது யாருன்னு தெரியறதா? என் பால்ய சினேகிதன் சேஷகோபாலன். ஏண்டா சேஷகோபாலா! நாம ரெண்டு பேரும் meet பண்ணி இருபது வருஷம் இருக்கும். ஆனா அப்பத்துக்கு இப்ப உன் மூஞ்சி ரொம்ப கிழடு தட்டிடுத்து. ஆமாம், உன் பொண்ணு ஜானகி எங்கே?

உப்பிலி : மன்னிக்கணும். நான் சேஷகோபாலன் இல்ல. அவர் பையன் உப்பிலி. அப்பா வாசல்ல Taxiக்கு பணம் கொடுத்துண்டு இருக்கார்.

ராமா : Oh! Sorry.

மைதிலி : ஏன்னா இப்படி வாங்கோ... இதென்னா டீக்கடைக்காரனாட்டும் ஒரு பனியன்... போய் டிரஸ் பண்ணிண்டு வாங்கோ...

ராமா : Mr.உப்பிலி. இப்படி உட்காருங்க. ஞான் உள்ள போய் dress பண்ணிண்டு வர்றேன்.

(ராமானுஜம் Exit - சீனு Entry)

சீனு : (உப்பிலியின் முதுகில் அடித்தவாறே) அடடே கல்கத்தா சேஷகோபாலன் வந்தாச்சா? வாங்க

சார். வாங்க... என்ன சார் உங்க பொண்ணுக்கு கல்யாணம். நீங்க இவ்வளவு young-ஆ இருக் கேள்...

உப்பிலி : மன்னிக்கணும். நான் சேஷகோபாலன் இல்ல. அவர் பையன் உப்பிலி.

சீனு : ஓ சாரி... நான், மாதுவோட அப்பா ரெடியான்னு பார்த்துட்டு வர்ரேன்.

(சீனு Exit - மாது Entry)

மாது : (உப்பிலியின் முதுகில் அடித்து) அடடே! என்ன சேஷகோபாலன், வாங்க வாங்க என்ன சேஷு... நீங்க உங்க பொண்ண அழைச்சுண்டு வரலையா?

உப்பிலி : பொண்ணா? எனக்கு இன்னும் கல்யாணமே ஆகலையே?

மாது : அப்ப ஜானகிங்கறது நீங்க தத்து எடுத்துண்டிங்களா?

உப்பிலி : அய்யோ மாமி... உங்காத்துல இன்னும் யாராவது இருந்தா வரச்சொல்லுங்க. எல்லாருக்கும் மொத்தமா சொல்லிடறேன். நான் சேஷகோபாலன் இல்ல. அவர் பையன் உப்பிலி... அப்பா வாசல்ல Taxi-க்கு பணம் கொடுத்துண்டு இருக்கார்.

மாது : மன்னிச்சுக்கோங்கோ. இந்த மூஞ்சி கொஞ்சம் கிழடுதட்டிப் போச்சா? அதனாலே Mistake பண் ணிண்டுட்டேன். மத்தபடி நீங்க ரொம்ப young-ஆ இருக்கேள்.

உப்பிலி : அய்யோ அப்பா, சீக்கிரமா உள்ள வந்து தொலைங்கோ...

(சேஷகோபாலன் with ஜானகி Entry) இவர்தான் சேஷகோபாலன்.

சேஷ : ஏண்டா, ராமானுஜத்தை எனக்கு நீ Introduce பண்ணணுமா? (மாது முதுகில் தட்டி) ஏண்டா ராமானுஜம், ஏன் இந்த இருபது வருஷத்துல உன் மூஞ்சி இப்படி கிழடு தட்டி போயிடுத்து!

மாது : (அழுதவாறே) நான் ராமானுஜம் இல்ல. (உப்பிலியை அடித்து)

சேஷ : அவனை ஏண்டா அடிக்கறே!

மாது : நான் ராமானுஜம் இல்லடா. நான் அவர் பையன் மாதுடா!

(மாது Exit - சீனு Entry)

உப்பிலி : (சீனுவிடம்) வா, இவர்தான் சேஷகோபாலன்.

சீனு : நமஸ்காரம் சார்.

சேஷ : அறைஞ்சுபிடிவேன் படுவா... என்ன நமஸ்காரம்... நானும் நீயும் இருபது வருஷமா Friends... என்ன சார்... மோர்ன்னு...

சீனு : மன்னிக்கணும். நான் ராமானுஜம் இல்ல. நான் மாதுவோட Friend சீனு. ஏன் சார் அடிக்கிறீங்க?

(சீனு Exit - ராமானுஜம் Entry)

ராமா : நீ... நீங்க... சேஷகோபாலன்தானே?

சேஷ : நான் என்ன இழவு வேண்டும்னா இருந்துட்டு போறேன். நீ ராமானுஜம் தானே அப்பா? எல் லாம் இந்த ஆளால வந்தது (உப்பிலியை முது கில் அடிக்கிறான்) போறவா வரவாள்லாம் ராமானு ஜம்ன்னு Introduce பண்ணிண்டுருக்கு.

ராமா : சேஷகோபாலா, உன் பிள்ளை உப்பிலியை நீன்னு நினைச்சுண்டு, இங்க பெரிய தமாஷே நடந்துடுத்து.

சேஷ : கவலைப்படாதே. அதே தமாஷ நானும் பண்ணி யாச்சு.

ராமா : மைதிலி, இது யார்னு தெரியுதா? என் பால்ய சினே கிதன் சாட்சாத் கல்கத்தா சேஷகோபாலன். சின்ன வயசுல ரெண்டு பேரும் Time போறது தெரியாம அப்படியொரு ரயில் விளையாட்டு விளையாடு வோம்.

சேஷ : அதுலயும் நான்தான் கார்டு. என் விஷயத்துல விளையாட்டு வினையாயிடுத்து. ஆமாம், உன் பையன் மாது இப்படி தடால்னு பேசிட்டு உள்ளே போயிட்டான்.

ராமா : நான்தான் Letter-லயே எழுதி இருந்தேனே- அவனுக்கு கொஞ்சம் கூச்ச சுபாவம் ஜாஸ்தின்னு மைதிலி, மாதுவை அழைச்சுண்டு வா.

மைதிலி : மாது கொழந்தை, வந்துக்கோடா.

(மாதுவும் சீனுவும் ரூமிலிருந்து Entry) மாது வெட்கத்தினால் சீனு கையை முறுக்க, சீனு அலறுகிறான்)

ராமா : மாது, வெக்கப்படாம வாடா... சேஷகோபாலா... இதுதான் என் பையன் மாது.

சேஷ : சொல்லிட்டு இப்படி நந்தி மாதிரி மறைச்சா எப்படி? Sorryப்பா உன்னைத் தெரியாத்தனமா ராமானுஜம்ன்னு நினைச்சுண்டு Mistake பண்ணிட்டேன். ஜானகி, பொண்ணை பார்த்துக்கம்மா. Sorry பையனை பார்த்துக்கம்மா. வெக்கப்படுடா.

ராமா : அவ வெக்கப்படறதுல நியாயம் இருக்குடா. அனாவசியமா இந்த மூதேவியில்ல வெக்கப்படறது.

சேஷ : ராமானுஜம், உனக்கு இந்த காலத்துப் பசங்களைப்பத்தி தெரியாதுடா. இப்ப இப்படித்தான் வெக்கப்படுவானுக. கல்யாணத்துக்கு அப்புறம் வருஷத்துக்கு ஒண்ணுன்னு அஞ்சு வருஷத்துல அஞ்சு கொழந்தைங்களை பெத்துப்பானுங்க.

மாது : அப்பா உன் friend கார்டுதான். இல்லேங்கலை. அதுக்காக கொடிமாதிரிலாம் பச்சை...பச்சையா பேசணுமா?

சேஷ : (ஜானகியைப் பார்த்து) பெரியவாளுக்கெல்லாம் நமஸ்காரம் பண்ணறது...

(மாது, சேஷகோபாலன் காலில் விழப்போக தடுத்து) என்னடாது, உன் பையன் கால்ல விழறான்.

ராமா : அவனுக்கு பெரியவாகிட்ட ஒரு தனி மரியாதை.

மைதிலி : ஜானகி, நீ உள்ள வாம்ம கொழந்தே. (மைதிலியும் ஜானகியும் Exit)

ராமா : ஏண்டா... சேஷகோபாலா... கேட்கணும்னு இருந்தேன். உன் பொண்ணு ஜானகிக்கு என் பையன் தான் முதல் வரனா? இல்ல ஏற்கனவே எதாவது பார்த்தியா?

சேஷ : உன்கிட்ட எதுக்காக மறைக்கணும். கல்கத்தால என் friend தசரதன்னு ஒருத்தன் இருந்தான்.

அவனுக்கு ராமன்னு ஒரே பையன். அவனை இவளுக்கு பார்த்தேன். பையனுக்கு பொண்ணை பிடிச்சுடுத்து. பொண்ணுக்கும் பையனை பிடிச்சுடுத்து. அதுக்கப்பறம் தாயார்காரி இந்த சீர் செனத்தி வரதட்சணை இதையெல்லாம் பத்தி பேச ஆரம்பிச்சா. மொதல்ல ரொக்கமா ஒரு ஆயிரம் ரூபாய் வேணும்னு சொன்னா - சரின்னு ஒத்துண்டேன். அப்புறம் வெக்கமா ஒரு ஆயிரம் ரூபா வேண்டும்னு சொன்னா. அதுக்கும் ஒத்துண்டேன். அப்புறம் தான் ஆரம்பிச்சா, பையன் ஆபீஸுக்கு போறதுக்கு decentடா இருக்க நாலு கோட் சூட் வேணும்னா - சரின்னு ஒத்துண்டேன். பையன் ஆபீஸுக்கு போறதுக்கு dignified-ஆ இருக்க ஒரு dignified watch வேணும்னு சொன்னா - சரின்னு ஒத்துண்டேன். அப்புறம் பையன் ஆபீஸுக்கு போக Convenient-ஆ இருக்க ஒரு ஸ்கூட்டர் வேணும்னு சொன்னா - சரி தொலையறது போன்னு அதுக்கும் ஒத்துண்டேன். அப்புறம் ஒண்ணு கேட்டா அதுலதான் அலையன்ஸே போச்சு.

ராமா : அப்படி என்னடா கேட்டா?

சேஷ : பையன் ஆபீஸ் போறதுக்கு ஒரு Office வேணும்ன்னாடா... கல்யாணராமன்னு பார்த்தா, சரியான சாப்பாட்டுராமனா இருக்கான். ஆமாம் உன் பையன் வேலைக்கு போறானா?

ராமா : பேஷா! மாது, நீ மாமா கூட பேசிண்டு இரு. நான் இப்ப வந்துடறேன். *(ராமானுஜம் Exit)*

மாது : ஆமா... நீங்க உங்க Wife-ஐ அழைச்சுண்டு வரலையா?

சேஷ : அவ போய் இருபது வருஷமாச்சுப்பா.

மாது : ஓ, அதனாலதான் அழைச்சுண்டு வரலையா? நான் அவங்களுக்கு உடம்பு சரியில்லையோன்னு நெனைச்சேன். But கல்யாணத்துக்கு கண்டிப்பா அழைச்சுண்டு வந்துடணும்.

சேஷ : *(கோபமாக)* Try பண்றேன். அப்புறம், இவன்தான் என் பையன் உப்பிலி. இவனுக்கு பத்து வயசிருக்கும் போதே இவன் அம்மா போயிட்டா.

மாது : உப்பிலியோட அம்மாவும் போயிட்டாங்களா?

சேஷு : என்ன சொல்ற?

மாது : நான் உங்க Wifeதான் போயிட்டாங்கனு பாத்தேன். உங்க Sonனோட Mother-ம் போயிட்டாங்க... உங்க Familyல என்ன ஒரு Calamity?

சேஷு : உப்பிலியோட அம்மாதான் என் Wife போறுமா?

மாது : இதை மொதல்லயே சொல்ல வேண்டாமா? நீங்க So நீங்க கல்யாணம் பண்ணிகிட்டது உப்பிலியோட அம்மாவ...

சேஷு : நாம இந்த விளையாட்டை இத்தோட நிறுத்திக்கலாமா? (ராமானுஜம் Entry)

ராமா : என்ன சேஷுகோபாலா, என் பையன் மாது கலகலப்பா பேசறான்னா?

சேஷு : பேசாம இருந்தாலே தேவலாம் போல இருக்கு. பிராண்டி தள்ளிட்டான்!

ராமா : ஆமாம், உன் பையன் உப்பிலி என்ன வேலை பார்க்கிறான்?

சேஷு : இது... மூதேவி இன்னும் S.S.L.Cயே பாஸ் பண்ணல்லே. அங்க இங்க நாலு பேர்கிட்ட கை, கால்ல விழுந்து இவனை வேலைக்கு சேர்த்து விட்டேன். இது அங்க போய் என்ன பண்ணித்தோ தெரியலே. இவனையும் சேர்த்து ரெகமண்ட் பண்ணவாளுக்கும் வேலை போயிடுத்து.

உப்பிலி : அத்திம்பேரே...

ராமா : மாது, உன் மச்சாந்தான்டா. இப்பவே பாசமா அத்திம்பேர்ன்னு கூப்பிடறாண்டா.

உப்பிலி : அத்திம்பேரே! நாளைக்கு கல்யாணத்துக்கு அப்புறம் கும்பகோணத்துக்கு ஒரு வாட்டி வாங்க - காவேரில அட்டகாசமா நீந்தலாம். உங்களுக்கு நீந்த தெரியுமா?

மாது : ஓ, சின்ன வயசுல நீந்திருக்கேன் - தரைல...

(மைதிலியும் ஜானகியும் காபி டம்ளருடன் Entry)

மாது : எல்லாரும் காப்பி எடுத்துக்குங்க... மாமா காபி எடுத்துக்குங்க... எங்காத்து Coffee நன்னா இருக்கும்.

அப்பா Coffee எடுத்துக்குங்க... உப்பிலி காபி எடுத்துக்கோ... சீனு தட்டு எடுத்துக்க...அப்பா இங்க வா, அவாகிட்ட அந்த விஷயத்தைப் பத்தி சொன்னயா?

ராமா : எந்த விஷயம்?

மாது : அப்ப சொன்னேனேப்பா, அது?

ராமா : எது?

மாது : அப்ப சொன்னேனேப்பா... அது?

ராமா : ஓ அதுவா?

சேஷு : என்னடா ராமானுஜம்?

ராமா : அது வந்து... என் பையன் கொஞ்சம் கூச்ச சுபாவம். கூடவே கொஞ்சம் சந்தேகப் பேர்வழி... உனக்கு objection இல்லேன்னா உன் பொண்ணை சில கேள்வி கேட்க ஆசைப்படறான். உனக்கொண்ணும் ஆட்சேபணை இல்லையே?

சேஷு : என்னடா இது, இந்த காலத்துல இதெல்லாம் சகஜம் தானேடா? என்னம்மா ஜானகி, உனக்கொண்ணும் ஆட்சேபணை இல்லையே?

மாது : ஆமாம் நீ... காபி கலப்பியா?

ஜானகி : மிஸ்டர், நமக்கு இன்னும் கல்யாணம் ஆகலே. கல்யாணத்துக்கப்புறம் நீ, வான்னு பேசலாம். இப்ப கொஞ்சம் மரியாதையா பேசுறீங்களா?

மாது : அதுவும் Correct தானே? என்னப்பா இப்படிலாம் சொல்லிக் கொடுக்கற... போப்பா... அப்பங்க உங்களுக்குங்க இந்த காபி கலக்கத் தெரியுமான்னு சொல்லுங்க...

ஜானகி : இப்ப நீங்க குடிச்ச காபி, நான் கலந்ததுதான்.

மாது : ரீல் விடறா பார். நம்மாத்துக்கு வந்து இவ காபி கலந்தாளாம். இது எங்கம்மா கலந்த காபி.

ராமா : என்னிக்கிடா உங்கம்மா கலந்த காபிய நாம ரெண்டு பேரும் முழுசா குடிச்சிருக்கோம்? உங்கம்மா கலக்கறது கோப்பி, இதுதாண்டா Coffee.

மாது : சரி அதெல்லாம் விடு. பத்திரிகைலாம் படிக்கிற

வழக்கம் உண்டா? வெறும் தமிழ் பத்திரிகை தானா? English பத்திரிகை படிக்கவே மாட்டியா? Fureg, Ithalian, Today Indian Tomorrow, Baduline.

ராமா : அய்யோ... முண்டம். அது India today, Frontline.

சேஷ : பத்திரிகை படிக்கறதென்ன. Infact நிறைய பத்திரிகையில letters to Editor எழுதிருக்கா, நீ படிச்சிருக்கீயா?

மாது : நான் மத்தவாளுக்கு வந்த Letters-லாம் படிக்கறதில்லே.

சேஷ : உன் பையன் ரொம்ப சந்தேக Case-ஆ இருப்பான் போல இருக்கு. நானே என்னோட பொண்ணைப் பத்தி சொல்லிடறேன். பெருமைக்கு சொல்றதா நெனைக்காதே! என்பொண்ணு காலேஜ்லே எல்லாத்துலயும் first. ரன்னிங் ரேஸ்ல P.T.உஷாக்கு போட்டியா ஓடுவா. High jump-ல நிறைய மெடல் லாம் வாங்கிருக்கா.

மாது : Last and final Question. இதை தான் பொண்ணு கிட்ட final-லா கேட்கணும். (மாது போகிறான். சீனுவும் கூடவே தொடர...) தள்ளி போயேண்டா... இங்கென்ன குரூப் போட்டோவா எடுக்கறாங்க? ஜானகி... friends-கிட்டெல்லாம் சொல்லிட்டேன். இப்ப என்னை வேண்டாம்னு சொன்னா. ஒரு மாதிரியா பாப்பாங்க. என்னை கல்யாணம் பண்ணிப்பியோனோ? மாட்டேன்னு சொல்லிட மாட்டியே? (ஜானகி சிரித்துவிட்டு தலையாட்டுகிறாள்) சிரிச்சுட்டா... சிரிச்சுட்டா...

சீனு : எதுக்குடா சிரிச்சா?

மாது : யாருக்குத் தெரியும்?

சேஷ : அதான் சிரிப்பா சிரிச்சாச்சே! கல்யாணத்தை எப்ப வச்சுக்கலாம்?

ராமா : சுபஸ்ய சீக்கிரம்னு பெரியவா சொல்லுவா!

சேஷ : சரிடா, அதை இப்ப நீ இல்ல சொல்ற!

ராமா : அடுத்த மாசமே நல்ல முகூர்த்தமா பார்த்து அடிச்சுவிட்டுறலாம்.

சேஷ : மைதிலி மாமி, ஜானகி தாயில்லாப் பொண்ணு. நீங்கதான் அவளை தாய் ஸ்தானத்துல இருந்து பாத்துக்கணும்.

மைதிலி : நீங்க ஒண்ணும் கவலைப்படாதிங்கோ. கொழந்தே ஜானகி, சாதாரணமா இதை பொண் வீட்டுக்காராதான் சொல்லுவா. நான் ஏன் சொல்றேன்னா, எனக்கிருக்கறது ஒரே கொழந்தை - மாது ரொம்பவும் சாது. அவனுக்கு ஓபிஸ் தெரியும். வீடு தெரியும். நீதான் அவனை கண்கலங்காம பாத்துக்கணும்.

சேஷ : என்னடா இது, எல்லாம் உள்டாவா இருக்கு.

ராமா : அதுக்கில்லடா சேஷகோபாலா! என்பிள்ளை மாது ரொம்ப சாதுடா. யாராவது அவன்கிட்ட நாலும் ரெண்டும் பத்துன்னு சொன்னா, கொழந்த ரொம்ப நேரம் யோசிச்சு ஒத்துண்டுடுவான்.

மாது : அப்படின்னா நாலும் ரெண்டும் பத்தில்லையா?

ஜானகி : அப்படி நாலும் ரெண்டும் பத்துன்னு சொல்லி இவரும் அதை நம்பினார்னா-கவலையே படாதீங்க- அப்படி சொன்னது நானாத்தான் இருக்கும்.

(திரை)

காட்சி 4

சின்னானின் வண்ணான் கடை

(மாது - சீனு Entry)

சீனு : மாது, இதுதாண்டா என் கடை. இவந்தான் சின்னான். என் வண்ணான்.

மாது : சின்னானைப் போய் நீ எனக்கு introduce பண்ணறையா? சின்னான் என்கூட ஸ்கூல்ல படிச்சவன்.

சீனு : பைத்தியக்காரா... சின்னான் என்கூடப் படிச்சவன். நீ எனக்கு ரெண்டு வருஷம் ஜூனியர்.

மாது : போடா... சின்னான் என்கூட படிச்சவன்.

சீனு : இல்லடா... என்கூட படிச்சவன்.

சின்னான் : மாது! கொஞ்சம் பேசாம இருக்கியா? நான் உங்கூடவும் படிச்சேன், சீனு கூடவும் படிச்சேன், மூதறிஞர் ராஜாஜி கூடவும் படிச்சேன், பேரறிஞர் அண்ணா கூடவும் படிச்சேன்.

மாது : அப்போ திருவள்ளுவர்?

சின்னான் : அவர் எனக்கு ரெண்டு வருஷம் சீனியர். ஒரு வழியா இந்த பாஸ் பண்ற கட்டம் வரும்பொழுது... அதென்னய்யா பஸ்.

சீனு : சிலபஸ்.

சின்னான் : ஆங், சிலபஸ். அத்தை மாத்திடுவாங்க. அந்த அக்பர், பாபர் போய் இந்த மவுண்ட்பேடன், காந்தி வந்திடுச்சு. ஏழாவது படிக்கும்போது எனக்கு வயசு 32. ஹெட்மாஸ்டர் கைல ஒரு தட்டுல பழம், பாக்கு, வெத்திலை, A.C...

மாது : A.C.யா?

சின்னான் : அதாம்பா அந்த ஸ்கூல்ல படிச்சவுடனே ஒண்ணு தருவாங்களே!

மாது : அது T.C.டா.

சின்னான் : அதை கொண்டாந்து என்கிட்ட கொடுத்து தடால்ன்னு என் கால்ல விழுந்து - சின்னான்! என்னை தயவு செஞ்சு விட்டுடுன்னு கெஞ்சினார். சரி, வயசுல பெரியவளா - போனா போகட்டும்ன்னு விட்டுட்டேன்.

மாது : ஆனா ஒண்ணுடா. சின்னான் பெரிய வண்ணானா வருவான்னு எங்களுக்கு ஸ்கூல்ல படிக்கும் போதே தெரியும்டா. சரித்திர வாத்தியார் ஒருநாள் இவன்கிட்ட அடேய் சின்னான், நேருவுக்கு பிறகு இந்தியாவுக்கு பிரதமரா வந்தது யார்ன்னு கேட்டார். உடனே இவன் சட்னு சொன்னானே லால் பகதூர் இஸ்த்ரின்னு.

சின்னான் : கிண்டலா? வந்த விஷயத்தை சொல்லுடா.

மாது : ஒண்ணுமில்லடா சின்னான். எனக்கு அடுத்த வாரம் கல்யாணம். அதான் உன்னை Consult பண்ணலாம்னு வந்தேன்.

சின்னான் : கல்யாணமா? சத்தியமா நீ அம்பேல்.

மாது : ஏண்டா, மொத மொதல்ல கல்யாணத்தை பேசும் போதே இப்படி அஸ்து கொட்டறே?

சின்னான் : வாத்யாரே... சம்சாரத்தை தொட்டா Kick தான் - இல்லெங்கலே. ஆனா அதே சம்சாரத்தை ஊரான் தொட்டான் உனக்கு Shock. மின்சாரம் அப்படியில்ல. நீ தொட்டா Shock, மின்சாரத்தை பார்க்கமுடியாது. சம்சாரத்தை புரிஞ்சுக்கவே முடியாது. கல்யாணம் பண்ணிக்கினே சத்தியமா நீ அம்பேல்.

மாது : கல்யாணம் பண்ணிண்டா ஒவ்வொருத்தனுக்கு ஏதாவது Problem இருக்கும். உனக்கென்ன Problem?

சின்னான் : எனக்கு பெரிய பிராப்ளம் இல்ல. எனக்கு ரெண்டே Problemதான் - எனக்கு ரெண்டு பொண்டாட்டி.

மாது : ரெண்டு பொண்டாட்டியா? அப்ப ஏன் Problem வராது?

சின்னான் : என்மொத பொண்டாட்டி மீனாக்ஷி. கெய்த, கொஞ்சம் கூட மருவாத இல்லாம ஒருநாள் காலைலே அந்த எதிர்வீட்டு மேஸ்த்ரி இல்ல. அவனை இழுத்துண்டு ஓடிருச்சு.

மாது : பேஷ் இஸ்த்ரீ, மேஸ்த்ரீ கூட ஓடிச்சா - very good.

சின்னான் : ஆனா, ரெண்டாவது சம்சாரம் காமாக்ஷி இருக்கே. ரொம்ப மருவாதையான பொண்ணு. ஒருநாளைக்கு எழுந்து குளிச்சிட்டு தலை நிறைய பூ வச்சுக்குன்னு, நெத்தில பொட்டு வச்சுக்குன்னு மூஞ்சி Full-லா மஞ்ச பூசிக்குன்னு என் கால்ல வந்து விழுந்து–

மாது : ஆஹா, பொண்ணுன்னா இப்படித்தான் இருக்கணும்.

சின்னான் : அத்தான். இனிமே இவர்தான் என் அத்தான்னு இந்த பக்கத்து வீட்டு பத்ரி இல்ல – அவன் கூட ஓடிருச்சு. அதனாலதான் சொல்றேன் பொண்டாட்டிய நம்பாத. உன் பொண்டாட்டி ஓடாம பாத்துக்க.

சேஷுVOICE : மாப்ளே என் பொண்ணு P.T.உஷா-க்கு போட்டியா ஓடுவா.

மாது : அய்யய்யோ, என்னடா சொல்ற? இப்பல்லாம் பெண் களை படிதாண்டா பத்தினின்னு சொல்லாதீங்க.

சின்னான் : படி ஆழாக்கு எல்லாம் போய், இப்ப கிலோ லிட்டர் லாம் வந்துடுச்சு. படிதாண்டறதா, இந்த காலத்து பொண்ணுங்கள்லாம் படியே தாண்டாது. மொட்ட மாடிலேந்து high jump பண்ணி ஓடிடும்யா...

சேஷ VOICE : என் பொண்ணு high jump-ல மெடல்லாம் வாங்கிருக்கா.

மாது : என்னடா சின்னா, Confuse பண்றே?

சின்னான் : அதவுடு. வாத்யாரே உனக்கு அம்மா இருக்காளா?

மாது : இருக்கா!

சின்னான் : அப்ப சத்தியமா நீ அம்பேல். அம்மா இருந்தா. மாமியார் - மாட்டுப்பொண்ணு சண்டைவரும். நீங்க ஒத்துபூடுவீங்க. ஆணா அந்த கஸ்மாலம் இருக்கிதே - சும்மா இருக்குமா?

மாது : எந்த கஸ்மாலத்தை சொல்றே?

சின்னான் : மாமியார் கஸ்மாலம்.

மாது : ஓ... என் அம்மாவைத்தான் கஸ்மாலம்னு சொன்னீயா? எவ்வளவு நல்ல மனசுடா இவனுக்கு.

சின்னான் : கல்யாணம் பண்ணிக்கினே, நீ சத்தியமா அம்பேல்.

மாது : அதெல்லாம் உங்க மாதிரி Familyல வேணும்னா ஆகலாம். நாங்களெல்லாம் கொஞ்சம் decent Family.

சின்னான் : அப்போ. எங்களை decent இல்லைங்கறயா?

மாது : அப்படியா சொன்னேன். Indecent-ன்னு சொன் னேன்.

சின்னான் : அதானே பார்த்தேன். சரி, அதெல்லாம், போகட்டும், ஜானகி உனக்கு உறவா?

மாது : இல்லை. உறவு இல்லை. ஏன் கேட்கற?

சின்னான் : அப்ப நீ சத்தியமா அம்பேல். லக்ஷ்மி என் அத்தை மக, மீனாக்ஷி என் மாமா மக. உறவுல பெண்ணெடுத்த நானே அம்பேல் ஆயிட்டேன். நீ சத்தியமா அம்பேல்.

மாது : சீனு, என்னடா இவன் இப்படி சொல்றான்?

சீனு : டேய்! அவனே மர கழண்ட கேஸ். அவன்கிட்ட போய் மங்களகரமான கல்யாணத்தைப் பற்றி

பேசறயே?

மாது : சின்னா - அத்தை விடுடா. கல்யாணம் FIX ஆயிடுத்து. இனிமே ஒண்ணும் பண்ண முடியாது. கல்யாணம் ஆனப்பறம் நான் எப்படி இருக்கணும், அதையாவது கொஞ்சம் detailed-அ சொல்லு...

சின்னான் : கல்யாணத்துக்கப்பறம் நீ உன் பொண்டாட்டி கிட்ட வழ வழ, கொழ கொழன்னு இருக்காதே.

மாது : பின்ன சொர சொரன்னு இருக்கச் சொல்றையா?

சின்னான் : கல்யாணத்துக்கப்பறம் உன் பொண்டாட்டிக்கு பூ வாங்கித் தா, தப்பு இல்ல; புடவை வாங்கித் தா, தப்பு இல்ல. ஆனா அப்பப்ப, கோட்ல அறையற மாதிரி நாலு வார்த்தை கேளு. துணி - இது படியறதுக்கு என்ன செய்றோம், நிறைய தண்ணிய தெளிக்க றோம். அதுக்கப்பறம் சூடா இஸ்த்ரி ஏத்தறோம். துணிக்கே இவ்வளவுன்னா துணைவிக்கு எவ்வளவு இஸ்த்ரி போடணும்।

மாது : பெரிய தீர்க்கதரிசிடா. ஞானிடா அவன்.

சின்னான் : அப்புறம் வீட்டை விட்டு வெளியே போகும் போது, மறக்காம உன் பொண்டாட்டிய வீட்டுல வச்சு வாசப்பக்கம் பூட்டிக்குனு போ...

மாது : ஏன்?

சின்னான் : ஓடிப் பூடுவாங்க. இன்னொரு முக்கியமான விஷயம். உன் வீட்டுக்கு அக்கம் பக்கத்துல வீடு இல்லாம பார்த்துக்க.

மாது : ஏன்?

சின்னான் : ஜன்னல் வழியா எட்டிப் பார்ப்பா.

மாது : Suppose என் வீட்டுக்கு எதிர்த்தாப்பல வீடு இருந்தா?

சின்னான் : ஜன்னல் இல்லாம பார்த்துக்கயா?

மாது : என்னடா, இது? போற ரேட்ல என் பொண்டாட்டிய பாதாள சிறையில் வச்சு பூட்டுண்பான் போல இருக்கே.

சீனு : ஒண்ணு பண்ணு. நீ Bank-ல தானே work பண்றே? நாளைக்கு கல்யாணத்துக்கு அப்பறம் Bank-க்கு

போகறச்சே, கூடவே உன் பொண்டாட்டிய கூட்டிண்டு போயி Safe deposit லாக்கர்ல வச்சு பூட்டு. சாயந்தரம் வீட்டுக்கு வரச்சே அவளை கூடவே கூட்டிண்டு வா.

மாது : ஹை... இதுக்கூட நல்ல Ideaவாதான் இருக்கு.

சீனு : போடா... டேய் சின்னா... ஏற்கனவே அவன் சந் தேக கேஸ். அவன் சந்தேகத்துக்கு சாம்பார் வேற சேர்க்கறயே. மொதல்ல நான் ரிப்பேர் பார்க்க கொடுத்தேனே Transistor அதை எடுத்துண்டு வா.

(சின்னான் Exit)

மாது : *ஏண்டா! அவன்* Transistor *ரிப்பேர் பண்ணுவானா?*

சீனு : Transistor, Radio, T.V-லாம் கூட ரிப்பேர் பண்ணு வான். சகல கலா வல்லவன் - infact எனக்கு முடி வெட்டி விடறதே இவன்தான். ஆனா முடி வெட்டறதுக்கு முன்னாடி ரெண்டு முடியப் பிடிச்சு இழுப்பான் பார். வலி உயிரே போயிடும். ஏன் தெரியுமா?

மாது : தெரியும். ஒண்ணு காமாட்சிக்கு, இன்னொண்ணு மீனாக்ஷிக்கு.

(சின்னான் கையில் டிரான்ஸிஸ்டருடன் Entry)

சீனு : என்னடா சின்னான் ஒழுங்கா பாடுமா? On பண்ணு பார்க்கலாம்...

(சின்னான் டிரான்ஸிஸ்டரை தட்ட, அதில் பெண்களை நம்பாதே பாடல் ஒலிக்கிறது.)

(திரை)

காட்சி 5

மாதுவின் வீடு

(சேஷகோபாலன் Entry)

சேஷ : என்ன ராமானுஜம் சௌக்கியமா? என்ன மாப்ளே சௌக்கியமா இருக்கேளா?என் பொண்ணு எப்படி இருக்கா?

மாது : ஜானகி ஓடி வா, யார் வந்திருக்கா பார். உங்கப்பா வந்துருக்கார்.

(சேஷகோபாலனின் கையிலுள்ள பையை வாங்கிக் கொள்கிறான். ஜானகி - மைதிலி Entry)

ஜானகி : வாங்கப்பா.

சேஷ : என்னம்மா ஜானகி, மாப்ளே உன்னை நன்னா வெச்சுண்டுருக்காரா?

ஜானகி : சுத்த மோசம்ப்பா. எப்ப பார்த்தாலும் இவருக்கு ரொம்ப சந்தேகம். சாயங்காலம் ஆனா போறும் வாசல், ஜன்னல் எல்லாத்தையும் கோவில் நடைய சாத்தற மாதிரி சாத்திடறார். ஜன்னலுக்கு பூட்டு போட்டு பாத்துருக்கேளா! நம்மாத்து ஜன்னலுக்கு இவர் பூட்டு போட்டு இருக்கார்.

சேஷ : இதானப்பா... இந்த பொம்பளைங்ககிட்ட சௌக்கிய மான்னு ஒரு வார்த்தை கேட்டுடக்கூடாது. உடனே ஒரு பொலம்பல்... ஒப்பாரி... என்ன, மாப்ளே கொஞ்சம் முன் ஜாக்கிரதையா இருக்கார். அவ்வளவுதான்.

மாது : Correct மாமா. இப்பல்லாம் திருட்டு பயம் ரொம்ப ஜாஸ்தியா போச்சு. கன்னாபின்னானு திருடறானுங்க.

சேஷ : அந்த Cap குடுங்க.

மாது : இல்ல. நீங்க சொன்னா நம்ப மாட்டீங்க. போன வாரம் நம்ம சுப்பாராவ் வீட்டுல ராத்திரி பன்னிரண்டு மணிக்கு ஒரு திருடன் வந்து சுப்பாராவை எழுப்பி சுப்பாராவ் சுப்பாராவ் திருடணும்ங்கறது என் intension இல்லை. இந்த சமுதாயம்தான் என்னை

திருடனாக்கிடுத்துன்னு ஒரு பெரிய லெக்சரே அடிச் சுட்டு சுப்பாராவையே Convince பண்ணி, அவர் வீட்டு பீரோவை அவரை விட்டே திறக்கச் சொல்லி எல்லாத்தையும் எடுத்துண்டு போயிட்டான்.

ஜானகி : ஆமாம். என் கஷ்டம் உங்களுக்கு எப்படி தெரியும்? நேத்திக்கு பக்கத்தாத்து மாமா...

மாது : பக்கத்தாத்து மாமாவா? அவர் எப்ப வந்தார்?

ஜானகி : அய்யோ... நேத்திக்கு பக்கத்தாத்து மாமா என் காதுபட Comment அடிக்கிறார். என்னதான் புதுசா கல்யாணம் ஆனாலும்... அதுக்காக இப்படியா வேளை கெட்ட வேளைல கதவையும் ஜன்னலையும் சாத்திண்டு. கர்மம்... கர்மம்ன்னு தலைல அடிச்சுக் கறார்.

மாது : அவனுக்கென்ன? வருஷத்துக்கு ஒண்ணுன்னு பன்னிரண்டு வருஷத்துல பதிமூணு பெத்து வச்சுண்டு இருக்கான்.

சேஷு : மாப்ளே... கணக்கு உதைக்கிறதே? பன்னி ரெண்டுல்ல வரும்.

மாது : ஒண்ணு Twins.

ஜானகி : சரி. அதை விடுங்க. கல்யாணம் ஆகி ஏழுமாசம் ஆகறது. என்னை எங்கயாவது வெளில அழைச்சுண்டு போயிருக்காரான்னு கேளுங்க. சினிமாவுக்கு போகலாம்ன்னா சினிமா பார்த்தா, கண்ணு கெட்டுடும். சரி, சினிமாதான் வேண்டாம். ஹோட்டலுக்கு போகலாம்ன்னா வயிறு கெட்டுடும். சரி, அதுவும் வேண்டாம். Atleast நாலு பத்திரிகை வாங்கி போடுங்க பொழுது போறதுக்கு படிக்கலாம்ன்னா, இப்ப வர பத்திரிகைலாம் ஆபாசமா இருக்காம். மனசு கெட்டுடும். atleast கோவிலுக்குப் போகலாம்ன்னா.

மாது : ஜலதோஷம் வரும்.

சேஷு : மூக்கு கெட்டுடும். என்ன மாப்ளே இது? இப்படி கெட்டுடும், கெட்டுடுமுன்னு இருக்கேளே. நான் ஒண்ணு பண்றேன். வர தீபாவளிக்கு ஒரு Fridge வாங்கித்தர்றேன். பால், பழத்தோட சேர்த்து அதுல

போய் உட்காருங்க; வாழ்க்கை பூரா பிறந்த மேனிக்கு கெடாம இருப்போம்.

மாது : அதுவும் நல்ல ஐடியாதான். மாமா செலவுல நமக்கு ஒரு Fridge ஆச்சு.

சேஷு : அய்யோ, நான் ஒரு பேச்சுக்கு சொன்னேன்.

ஜானகி : சரி, அதை விடுங்கப்பா. பொழுது போறதுக்காக நாலு பேர் ஆத்துக்கு போவோம். அவா நம்மாத்துக்கு வரணும்ன்னா - இவருக்கு friendsஸே கிடையாது. திரும்பத் திரும்ப அந்த சீனு ஒருத்தன்தான்.

மாது : ஜானகி, அவன் வேற இங்க அடிக்கடி வரானா? நான் இல்லாத பொழுது அவனை வீட்டிலேயே சேர்க்காதே.

ஜானகி : ஆபீஸ் விட்டு இவர் வீட்டுக்கு வந்தா, இவர் என் புடவை தலைப்பையே பிடிச்சுண்டு என்னை சுத்தி சுத்தி வரார். எனக்கே சில சமயத்துல doubt வராது. நான் இவருக்கு Wifeஆ இல்ல அம்மாவான்னு.

மைதிலி : என்னடா கொழந்தே, கொஞ்சம் சமத்தா நடந்துக்கக் கூடாதாடா கொழந்தே.

ராமா : போறும்டீ இப்படி கொழந்தே, கொழந்தேன்னு செல்லம் கொடுத்துத்தான் அவன் உருப்படாம போயிட்டான். மாது! ஒரு ஸ்டேஜ் வரைக்கும் தான் அப்பா அம்மா எல்லாம் பார்த்துப்பா. அதுக்கப்பறம் நீயே சொந்தக்கால்ல நிக்க Try பண்ணணும்.

மாது : நான் என்னப்பா இப்ப குச்சி ஊன்றியா நிக்க றேன்?

சேஷு : இதுல நான் மாப்பிள்ளையைக் கூட தப்பு சொல்ல மாட்டேன். டேய் ராமானுஜம், எல்லாம் நீ அடிக்கற கூத்துத் தாண்டா. ஒரு ஸ்டேஜ் வரைக்கும்நான் நாம வளர்க்கணும்; அதுக்கப்பறம் அதுக தானாக வளரணும்.

ஜானகி : நீங்க எவ்வளவு சொன்னாலும் இவர் மாற மாட்டார். எல்லாம் செவிடன் காதுல ஊதின சங்குதான்.

சேஷு : ஜானகி, அதுக்குன்னு மாமனாரைப் போய் செவிடன்னு சொல்லக் கூடாதும்மா.

ராமா : மாது! அவளோ புதுசா கல்யாணம் ஆன பொண்ணு. பாவம் - சினிமா, ஹோட்டல், பீச்சுன்னு நாலு இடங்களுக்கு போகணும்னு அவ ஆசைப்படறா, அழைச்சுண்டு போயேன். இதெல்லாம் நான் சொல்லியா தரணும்?

மாது : இப்ப என்னப்பா-அவளை ஹோட்டல், சினிமா, பீச்சுன்னு அழைச்சுண்டு போகணும், அவ்வளவுதானே? இன்னிக்கே அவளை ஹோட்டலுக்கு அழைச்சுண்டு போறேன், போறுமா? அப்பா நான் ஹோட்டலுக்கு போறேன்... மாமா நான் ஹோட்டலுக்கு போறேன். ஜானகி வாடீ, ஹோட்டலுக்கு போகலாம்.

(திரும்பி வந்து)

மாது : அப்பா, மணி என்ன ஆகறது?

ராமா : மணி 9.00 ஆகறதுடா.

மாது : அய்யய்யோ. ஹோட்டல் மூடிருப்பான். இன்னிக்கு வேண்டாம். நாளைக்குப் போகலாம்.

ராமா : அட, ஹோட்டல் இல்லேன்னா, என்ன பீச்சுக்குப் போயேன்.

மாது : Good... அப்பா நான் பீச்சுக்குப் போறேன். மாமா நான் பீச்சுக்குப் போறேன். அம்மா நான் பீச்சுக்குப் போறேன். ஜானகி வாடீ, பீச்சுக்கு போகலாம்.

(திரும்பி வந்து)

அப்பா பீச்சு மூடியிருக்க மாட்டானே.

ராமா : மூதேவி... இப்ப நீங்க பீச்சுக்கு போறீங்களோ இல்லையோ... நானும் மைதிலியும் பீச்சுக்குப் போறோம் வாடி... மைதிலி...

(திரை)

காட்சி 6

ஹோட்டல்

(உப்பிலி Table-லில் உட்கார்ந்து தம் அடித்துக் கொண்டிருக்கிறான்.)

மாது : ஜானகி, என்ன வேணுமோ எல்லாத்தையும் கேட்டு வாங்கிச் சாப்பிடு. அப்புறம் உங்கப்பா கிட்ட போய் வத்தி வைக்காதே. ஜானகி, அங்க பார் உங்கண்ணா உப்பிலிதானே? திருட்டு படுவா. தம் அடிச்சுண்டுருக்கான் பார். டேய் உப்பிலி...

உப்பிலி : யார்லா அவன்? ஓ சாரி... அத்திம்பேர் ஒண்ணு மில்லை. இனாமா பனாமா கிடைச்சுது, அதான்...

மாது : இனாமா ஒரு பனாமா? நீ அடிச்சிருக்குற சிகரெட்டுக்கு உனக்கு உப்பிலிங்கிறதுக்கு பதிலா பார்க்கிலின்னு பேர் வைக்கணும்.

ஜானகி : சிகரெட் பிடிச்சா என்ன தப்பு?

உப்பிலி : அதானே! பத்துக்கு எட்டுபேர் சிகரெட் பிடிக்குறாங்க.

மாது : மீதி ரெண்டு பேர் என்ன பீடி பிடிக்கிறாங்களா?

ஜானகி : எங்கப்பாவே சிகரெட் பிடிப்பார்.

மாது : அடிப்பாவி! கல்யாணத்தும் போது எல்லாத்தையும் மறைச்சுட்டீங்களேடீ! ஜானகி, நீ சிகரெட் பிடிக்க மாட்டியே?

ஜானகி : கஷ்டம்... உப்பிலி, நீ போடா...

உப்பிலி : அப்ப, அத்திம்பேர் நான் வரட்டுமா?

மாது : உப்பிலி, அனாவசியமா என்னை அத்திம்பேர்னு கூப்பிடாத, நீ அவளை விட பெரியவன். ஏன் என்னை அனாவசியமா அத்திம்பேர்ன்னு கூப்பிட்டு பத்து பேர்க்கு எதிரே என் வயசை ஜாஸ்தி ஆக்கறே? அழகா மாதுன்னே கூப்பிடு.

உப்பிலி : சரிடா மாது. வரேண்டா மச்சி.

(உப்பிலி Exit - இருவரும் சேரில் அமர Bearer Entry)

மாது : வாய்யா! உன் பேரென்ன?

பேரர் : சுந்தரம்ங்க.

மாது : சுந்தரம், நீ என்ன பண்றே, உள்ள போயிட்டு கல்கட்டா ரசகுல்லா ரெண்டு பிளேட் - ஆளுக்கு திருநெல்வேலி ஹல்வா ரெண்டு பிளேட் - எனக்கு காசி அல்வா ரெண்டு பிளேட் பார்ச்சல்... அப்புறம் இந்த மணப்பாறை முறுக்கு இருக்கா?

பேரர் : உட்டா - மதுரை மல்லி ரெண்டு முழம், கும்ப கோணம் வெத்திலை, பண்ருட்டி பலாப்பழம்னு கேட்டுகினே போவீயே! தின்ன என்ன வேணும் அதைச் சொல்லுயா. ஹோட்டலை மூடணும்.

மாது : ஹோட்டலை மூடணுமா? ஏன் சுந்தரம், பிஸினஸ் ரொம்ப டல்லா?

பேரர் : யோவ் - ராத்திரி மூடுவோம். காலைலே தொறப் போம்யா - துன்ன என்ன வேணும் கேளு...

மாது : உள்ள போயி ரெண்டு கோன் ஐஸ்க்ரீம் கொண்டுவா.

பேரர் : ஐஸ்க்ரீம் இருக்கு... ஆனா கோன் இல்ல.

மாது : Cone இல்லையா? அப்புறம் எப்படி? நாங்களே மிஷின்லேந்து கையில் பிடிச்சு பிடிச்சு சாப்பி டணும்ங்கறயா?

ஜானகி : அய்யோ. அதை கப்ல வைச்சு குடுக்கச் சொல்லுங்க ளேன்.

மாது : Correct. இந்த சின்ன விஷயம் கூட எனக்கு தெரியலை பாரேன். சுந்தரம் நீ என்ன பண்றே, ரெண்டு கப் பிஸ்தா ஐஸ்க்ரீம் கொண்டுவா.

பேரர் : ஐஸ்க்ரீம்லாம் நான் Serve பண்றதில்ல. அங்க Self Service Counter இருக்கு. அங்க போய் வாங்கிக்குங்க பிஸ்தா.

(Sundaram Exit)

மாது : என்ன அநியாயம் பாருடி. ஒரு பிஸ்தா ஐஸ்க்ரீம் கேட்டதுக்கு என்ன திட்டு திட்டறான் பார்.

ஜானகி : அம்மா புடவையை பிடிச்சுண்டு வீட்டுக்குள்ளயே சுத்திச் சுத்தி வந்தா இப்படித்தான். ஒண்ணும் தெரியாது. பாஷை தெரிஞ்ச ஊர்லயே இவ்வளவு

கஷ்டப்படறேளே. பாஷை தெரியாத கல்கட்டாவில் உங்களை விடணும்; அப்ப தெரியும்.

மாது : சரிடி! பெரிய புடலங்கா கல்கட்டா. பெரிய கலி போர்னியோன்னு நினைப்பு. உங்க கல்கட்டால என்னடி இருக்கு? ரசகுல்லாத்தான் இருக்கு. ரச குல்லா போடறதை மாத்திரம் Stop பண்ணச் சொல்லி Court-ல ஒரு order போட்டாங்கன்னா, உங்க கல்கட்டாவை காயிலாங் கடைலதான் போடணும். எப்பப் பார் North Indian பெருமைதான். Calcutta, Bombay, Delhiன்னு... எங்க Madras மாதிரி வருமாடீ! Capital of India, Delhi என்ன பிரயோஜனம்? Delhi-ல ஒரு பீச் இருக்கா?

ஜானகி : கல்கட்டால இருக்கே...

மாது : என்ன பிரயோஜனம்? City-ஐ விட்டு 100 மைல் தள்ளி இருக்கு. இங்க Madras Beachல வாக்கிங் போனா weight குறையும்; உங்க Calcuttaல Beachல Walking போயிட்டு வரதுக்குள்ள Weight குறையு தோ இல்லியோ, நமக்கு வயசு ஜாஸ்தியாயிடும்.

ஜானகி : என்ன பேத்தறேள்? ஒவ்வொரு ஊர் ஒவ்வொரு மாதிரி இருக்கும்.

மாது : அதான் சொல்றேன், எங்க மதராஸ்காரங்க மாதிரி புத்திசாலித்தனமாக இருக்கணும்னு. நாங்க எவ்வளவு புத்திசாலித்தனமா Madrasஸ பீச்சு ஓரமா கட்டியிருக்கோம். உங்க கல்கட்டா மாதிரி 100 மைல் தள்ளியா கட்டியிருக்கோம். சரி, Beach விடுடீ! உங்க கல்கட்டால அண்ணா சமாதி இருக்கா? முழி... திருதிருன்னு முழி... உங்கண்ணன் உப்பிலி மண்டைய போட்டு அவனுக்கு ஒரு அண்ணா சமாதி கட்டினாத்தான் உண்டு.

ஜானகி : சரி, உங்க Madrasதான் உசத்தி, போறுமா? போய் ஐஸ்க்ரீம் வாங்கிண்டு வாங்க.

மாது : அப்படி வா வழிக்கு.

(மாது எழுந்து செல்ல, எதிரில் சின்னானை பார்க்கிறான்)

டேய் வாடா சின்னான், அதோ உட்கார்ந்துண்டு

இருக்காளே, அவதாண்டா என் சம்சாரம். கல்கட்டால வளர்ந்த பொண்ணுப்பா... கல்யாணத்துக்குக் கூட நீ வரலைப்பா.

சின்னான் : கல்கட்டா பொண்ணா? சத்தியமா நீ அம்பேல்.

மாது : என்னடா இது, எதை எடுத்தாலும் அம்பேல்ன்னு சொல்றே!

சின்னான் : வாத்யாரே, வட நாட்டுல வளர்ந்த பொண்ணுங்களை நம்பேல். இந்த கல்கட்டா, பாம்பே பொண்ணுங்கள்லாம் கொஞ்சம் மாடர்னா இருக்கும். உஷாரா இரு.

மாது : அது என்னப்பா உஷார்?

சின்னான் : வாத்யாரே - இந்த கல்கட்டா, பாம்பே பொண்ணுங்களெல்லாம் கல்யாணத்துக்கப்பறமும் கூட தன் கூட படிச்ச பசங்க யாரையான்னு பார்த்தா கொஞ்சம் சோஷல் ஸ்டெடிஸா பழகுங்க.

மாது : அதென்ன Social studies ?

சின்னான் : உனக்கு English அவ்வளவா வராதா? அதான்பா ஜனரஞ்சகமா... கலகலப்பா...

மாது : அது Socialடா.

சின்னான் : ரெண்டும் ஒண்ணுதான், அதையுடு. உன் பொண்டாட்டிய எப்போதும் கைக்குள்ளயே வச்சுக்க.

மாது : பொண்டாட்டிய கைக்குள்ளயே வச்சுக்க அவ என்ன பொடி டப்பாவா?

சின்னான் : அதில்ல வாத்யாரே... உன் பொண்டாட்டி இன்னொருத்தனைப் பார்த்து ஒசத்தியா சொன்னான்னு வச்சுக்க, வுடாதே... நீயும் உன்னைப் பத்தி ஒசத்தியா பீத்திக்க. என்ன யோசிக்கறே?

மாது : இல்லை. என்னை பத்தி ஒசத்தியா பீத்திக்க என்ன இருக்குன்னு யோசிக்கறேன்.

சின்னான் : ஒண்ணுமில்ல, ஓட்டு ரீலை, உன்னோட பொண்டாட்டி இன்னொருத்தனை பார்த்து, இவர் என்னா பரம்பரை தெரியுமா? சல்பேட்டா பரம்பரைன்னி சொன்னா ஓட்டு ரீல் நானும் எங்க நய்னா காலத்துலேந்தே சல்பேட்டா பரம்பரைன்னு.

மாது : சல்பேட்டா பரம்பரையா?

சின்னான் : தெரியாதா? வா. சொல்லி தர்ரேன்.

(சின்னான் - மாது Exit; வெங்கி Entry)

வெங்கி : Mrs. ஜானகி...

ஜானகி : Mr. வெங்கி... கல்கட்டாலேந்து எப்ப வந்தீங்க?

வெங்கி : கல்கட்டாலேந்து Transfer ஆகி மெட்ராஸ்க்கே வந்துட்டேன். ஆமாம் ஜானகி, நீ கல்கட்டாலேந்து வரச்சே ஒரு வார்த்தை கூட என்கிட்ட சொல்லவே இல்லை.

ஜானகி : I am sorry வெங்கட்.

வெங்கி : ஆமாம், நீங்க எங்க இப்படி?

ஜானகி : One more sorry. Now I am married. எல்லாம் அவசர அவசரமா நடந்துடுத்து. அதனாலதான் உங்களை கூட கூப்பிடமுடியலை. ஆமாம். உங்களுக்கு Calcuttaவ வுட்டுட்டு எப்படி வர பிடிச்சது?

வெங்கி : அதை ஏன் கேக்கறே? உனக்கு ஜானகியை தெரியுமா?

ஜானகி : என்னது - என்கிட்டயே என்னைத் தெரியுமான்னு கேக்கறீங்களே?

வெங்கி : Don't be silly. நான் சொன்னது உன்னை இல்ல. B.Sc கெமிஸ்ட்ரி ஜானகியை.

ஜானகி : ஆங்! எனக்குக்கூட இப்ப ஞாபகம் வந்துடுத்து. காலேஜ்ல கூட நீங்க என்னை ஜானகி No.1, அவளை ஜானகி No.2ன்னு கூப்பிடுவீங்களே. நீங்ககூட அவளை Love பண்ணினீங்களே? இப்ப என்ன டூயட் பாடற வரைக்கும் வந்தாச்சா?

வெங்கி : அவ அப்பாதான் எங்க காதலுக்கு தடையா இருக்கானே. அதனாலதான் Madrasக்கு வந்தேன்.

ஜானகி : ஆமாம், இப்ப அந்த ஜானகி எங்க?

வெங்கி : அவங்கப்பா, ஜானகியை எந்த அசோக வனத்துல வெச்சிருக்கான்னு தெரியலே. Madras பூரா வலை வீசி தேடிட்டேன்.

ஜானகி : அசோக வனத்தை கண்டுபிடிச்சுட்டீங்களா?

வெங்கி : ஆங்! இங்கேதான் - அசோக் நகர்லதான் இருக்கா.

ஜானகி : address கண்டுபிடிச்சீங்களா?

வெங்கி : எல்லாம் இனிமேதான். ஆமாம், மணி பத்தாவுது. நீ எங்க இந்த hotelல்ல? அதுவும் நேரங்கெட்ட நேரத்துல தன்னந்தனியா?

ஜானகி : நான் என் husband கூடத்தான் வந்து இருக்கேன். அவர் ஐஸ்க்ரீம் வாங்கப் போயிருக்கார், இப்ப வந்துடுவார்.

வெங்கி : ஆமாம். உன் husband எப்படி?

ஜானகி : மாதுன்னு பேரு. பரம சாது. என்ன, கொஞ்சம் சந் தேகப் பேர்வழி. ஆளு, நல்லவர்.

(மாது Entry, சின்னான் Entry. Transistorல் கண்டவ ரோடு கண்ணால் பேசி பாடல் ஒலிக்கிறது.)

சின்னான் : வாத்யாரே, சத்தியமா நீ அம்பேல். இப்பதான் சொன் னேன். கல்கட்டா பொண்ணுங்களை யெல்லாம் நம்பாதேன்னு. அங்க பார்! உன் பொண்டாட்டி எவனோ ஒருத்தனோட கூத்தடிச்சுண்டுருக்கா. அந்த ஆள்வேற உன்னைவிட அழகா இருக்கான். இப்பவும் late இல்ல, கஞ்சி போட்ட துணி மாதிரி போ, மொறப்பா பேசு. சல்பேட்டா பரம்பரை மாதிரி பேசி, அவனை வெளியே அனுப்பு.

ஜானகி : வாங்கன்னா! என்ன அங்கேயே சிலை மாதிரி நிக்க றேள்?

மாது : ஆங்! Madrasல எல்லார்க்கும் சிலை வச்சாச்சு. இன்னும் எனக்குத்தான் வைக்கலை. அப்படி வெச்சா, எப்படி இருக்கும்ன்னு யோசிச்சுப் பார்த் தேன். O.k.யா?

ஜானகி : He is வெங்கி, கல்கட்டால ஒண்ணாங் கிளாஸ்லேந்து காலேஜ் வரை எங்கூட படிச்சார்.

மாது : ஹலோ!

வெங்கி : ஹலோ Mr. ... எங்க ஹோட்டல் பக்கம்? சாப்பிட வந்தீங்களா?

மாது : இல்லை. எல்லார்க்கும் சமைச்சுப்போட்டு Serve

பண்ணவந்தேன். ஹோட்டலுக்கு எதுக்கு வருவாங்க.... சாப்பிடத்தான் வருவாங்க.

வெங்கி : என்ன ஜானகி, சாதுன்னா... நக்கலாவே பேசறார். Please take your seat.

மாது : Sir, நாங்க ரெண்டு பேரும் இங்க தம்பதி சமேதரா வந்துருக்கோம். நீங்க அனாவசியமா குறுக்க புகுந்து பிராணனை வாங்காதீங்க. Get up, Get up.

(வெங்கி எழுந்து ஜானகி இருக்கும் இருக்கைக்கு புறப்படுகிறான்.)

மாது : தள்ளி உட்காருங்கய்யா, அந்தப் பக்கம்மா...

வெங்கி : So, அப்ப பூஜை வேளைல கரடி மாதிரி நான் இங்க வந்துட்டேனா?

மாது : உங்க உசரத்த வச்சு பார்த்தா, பூஜை வேளைல கரடின்னு சொல்ல முடியாது. ஒட்டகம்னுதான் சொல்லணும். ஆமாம், உங்க பேரே வெங்கிதானா?

ஜானகி : இல்லன்னா, இவர் பேரு வெங்கடேஷ். காலேஜ்ல எல்லாம் இவரை செல்லமா வெங்கி வெங்கின்னு கூப்பிடுவோம்.

மாது : நல்ல வேளை, உங்கப்பா உங்களுக்கு மகேஷ்ன்னு பெயர் வைக்கலை. இல்லேன்னா எல்லாரும் உங்களை monkeyன்னு கூப்பிட்டு இருப்பா. என்ன ஜானகி, உன்னை காலேஜ்லே எல்லாரும் Junkieன்னு கூப்பிடுவாளா?

வெங்கி : பரவாயில்லையே! சாதுன்ன, ரொம்ப கிண்டலா வேற பேசறாரே?

மாது : இந்த சாதுக்கும் மிரளத் தெரியும்!

வெங்கி : சாது மிரண்டால் காடு கொள்ளாதும்பா.

மாது : இந்த மாது மிரண்டால் வீடு கொள்ளாது.

ஜானகி : என்ன தத்துபித்துன்னு பேசறேள்?

மாது : அது போகட்டும். Mr.வெங்கி, நீங்க எங்க வேலை பாக்கறீங்க?

வெங்கி : ஒரு மருந்து கம்பெனியில Medical Represention-ஆ இருக்கேன்.

மாது : மருந்து கம்பெனில Medical Representive-ஆ? புதுமாதிரியா இருக்கே. நான் இதுவரை கேள்விப் பட்டதே இல்லையே?

வெங்கி : எங்க கம்பெனிலே இந்த வைட்டமின் டாப்லெட், அவில்லாம் கூட விக்கறாங்க. நீங்க கூட கேள்விப் பட்டிருப்பீங்க. இந்த Incremin tonicன்னு. இதை சாப்பிட்டா நீங்க இதைவிட உசரமா ஆகமுடியும்.

மாது : Incremin tonic தானே? நான் நிறைய கேள்விப் பட்டிருக்கேன். I think நீங்க அதை விக்காம Bottle Bottleலா நீங்களே சாப்பிடறீங்கன்னு நெனைக்கி றேன். ஆமாம், உங்க ஆபீஸ் எங்க இருக்கு?

வெங்கி : இந்த மவுண்ட்ரோடுல பதினாலு மாடி கட்டடம் இருக்கு, இல்லையா?

மாது : L.I.Cன்னு சொல்லுங்களேன் சார். புரிஞ்சுக்க மாட்டேனா? நீங்கதான் Madrasக்குப் புதுசு. நாங்க கூடவா? உங்களுக்குத் தெரியுமோ? எங்க நய்னா காலத்துலேர்ந்தே நாங்க பெரிய சல்பேட்டா பரம் பரை.

ஜானகி : நய்னா... சல்பேட்டா... என்னன்னா சொல்றேள்?

மாது : அது ஒண்ணும் இல்லடீ. எங்க officeல சின்னான்னு ஒரு peon - அவங்கிட்ட பேசியே இப்படி ஆயுடுத்து. So, அப்ப மவுண்ட்ரோட்ல L.I.Cக்கு எதிர்த்தா மாதிரி உங்க ஆபீஸ். ஆபீஸ்ல உட்கார்றதுக்கு உங்களுக்கு Table, Chairலாம் கொடுத்துருக்கா ளானோ?

வெங்கி : ஏன்?

மாது : ஏன்னா, நீங்க நின்னுண்டிருந்தா, போறவாளுக்கு ஒரு சந்தேகம் வந்துடும். L.I.Cக்கு எதிர்த்தாப்பல இன்னொரு L.I.Cயான்னு?

ஜானகி : நீங்க இவர் உசரத்தை கிண்டல் பண்றேள். இவர் காலேஜ்ல எவ்வளவு பெரிய sportsman தெரியுமா? எங்க College Cricket team captain இவர்.

மாது : பொடலங்கா Cricket... நானும்தான் எங்க காலேஜ்ல Cricket ஆடியிருக்கேன்.

வெங்கி : நீங்க Batsmanஆ? Bowlerஆ?

மாது : ரெண்டும். Both.

வெங்கி : Very good, I see. நீங்க Against of the Captainஆ?

மாது : ரெண்டும். Both.

வெங்கி : என்ன சார், Captain, Vice captain தனித்தனியா இருக்க வேண்டாமா?

மாது : எதுக்கு சார் அனாவசியமா? நான் ஒருத்தன் இருக்கேனே போதாதா? Infact நான் இந்த Wicket Keeper கூடலாம் வச்சுக்கறது கிடையாது. இந்த One day match மாதிரி One man மாட்ச். நான் மாத்திரம் ஆடிண்டு இருப்பேன். யாரையும் சேர்த்துக்க மாட்டேன்.

வெங்கி : அப்ப, College Cricket Teamமோட சரின்னு சொல்லுங்க.

மாது : என்ன ஜானகி, இவருக்கு விஷயமே தெரியாதா? சார் நான் Infact இந்த Indian Cricket Teamக்கே ஆடியிருக்க வேண்டியது. கடைசி நிமிஷத்துல பாருங்க, இந்த selectionல ஏகப்பட்ட politics. எனக்கு பதிலா அவனை போட்டுட்டாங்க.

வெங்கி : யாரை?

மாது : கவாஸ்கர்.

வெங்கி : So. அப்ப league matchசோட சரின்னு சொல்லுங்க. நீங்க எந்த league ஆடியிருக்கீங்க?

மாது : Muslim league.

வெங்கி : Muslim leagueஆ? அது கட்சி இல்ல?

மாது : இது அந்த முஸ்லீம் league இல்ல சார். எங்க Colonyல Muslim leagueன்னு ஒரு team இருக்கு. ஒரு நாலைஞ்சு Chairmanலாம் சேர்ந்து நடத்திண்டு இருந்தாங்க. நீங்க கூட கேள்விப்பட்டிருப்பீங்களே- இந்த ராமசுப்ரமணியம்ன்னு ஒரு Chairman இருந்தார். அவர்தான் கேப்டன்.

சின்னான் : யோவ்! ராமசுப்ரமணியன் Chairmanஆ?

மாது : அதாண்டா, நம்ம அப்துல்லாவோட Brother-

ஜானகி : ஏன்னா - இவர் Cricket மட்டும் இல்ல. எங்க காலேஜ் வாலிபால் டீம் கேப்டனும் கூட.

மாது : போச்சு. அதுலயும் நீங்க என்ன மாதிரிதானா? நான் கூட இந்த வாலிபால், சுக்ரீவன் பால் எல்லாம் ஆடு வேன்.

ஜானகி : வெங்கி, நீங்க எங்க தங்கியிருக்கீங்க?

வெங்கி : என் தலையெழுத்து... ஒவ்வொரு நாளும் ஒவ்வொரு லாட்ஜ்ல தங்கியிருக்கேன். கல்கட்டாலேந்து வந்து திண்டாடறேன்.

மாது : ஏன் சார், பேசாம கல்கட்டாலேயே இருக்க வேண்டியதுதானே?

வெங்கி : அது ஒரு பெரிய கதை. போகப் போக நீங்களே புரிஞ்சுப்பீங்க. ஜானகி, அப்போ சொன்னேனே, அதுதான்.

ஜானகி : வெங்கி நீங்க ஒண்ணும் கவலைப்படாதீங்க. நான் பார்த்துக்கறேன்.

சின்னான் : வாத்யாரே, சத்தியமா நீ அம்பேல்தான்.

வெங்கி : ஜானகி, உன்னைத்தான் நம்பியிருக்கேன். நீ என் னோட ஒத்துழைச்சாதான் என் காரியம் நல்லபடியா நடக்கும்.

மாது : ஒத்துழைக்கறதா?

சின்னான் : கோவிந்தா... கோவிந்தா... கோவிந்தா...

ஜானகி : வெங்கி, நீங்க எதுக்கு ஹோட்டல்ல wasteடா சாப்பிட்டு திண்டாடணும்? பேசாம எங்க வீட்டுக்கு வந்துடுங்க. ஏன்னா இவர்க்கு சினிமான்னா பிடிக் காது. நீங்க வந்தா, Atleast நானும் நீயும் ஜாலியா சினிமா பார்க்கலாம்.

சின்னான் : அவ ஜாலினா, நீ காலி.

மாது : Mr.வெங்கி, நான் என் Wifeவோட ஒரு அஞ்சு நிமிஷம் பேசலாமா? If you don't mind, Even if you mind, I am not bothered... தள்ளி நில்லு. ஏண்டீ! என்ன தைரியமிருந்தா அவனை நம்மாத்துக்குக் கூப்பிடுவே?

ஜானகி : பாவம் வெங்கி. ஒண்ணாங்கிளாஸ்லே இருந்து காலேஜ் வரை ஒண்ணா எங்கூட படிச்சான். இந்த help கூட பண்ணக் கூடாதா?

மாது : எனக்குக் கூட தான் ஒண்ணாங்கிளாஸ்லே இருந்து காலேஜ் வரை ஒண்ணா படிச்சவங்க கிட்டத்தட்ட 70,80 பேர் இருக்காங்க. அதுக்காக எல்லாரையும் வீட்டுல கொண்டு வந்து வச்சுக்க முடியுமா?

ஜானகி : ஏன்னா, பாவம் வெங்கி, வெளியூர்லே இருந்து வந்துருக்கான்!

மாது : ஏண்டீ! வெளியூர்லேந்து வந்து தங்கறதுக்கு சுங்குவார் சத்திரம் மாதிரி நம்ம வீடு என்ன தங்குவார் சத்திரமா?

ஜானகி : சீ... நீங்க பரந்த மனசானவர்ன்னு நினைச்சேன். இப்படி அல்பத்தனமா பேசறேளே!

மாது : ஜானகி, இத பார்... வெங்கி நம்ம வீட்டுல தங்க றதுக்கு எனக்கு எந்த விதமான objectionனும் கிடையாது. But அப்பா இதுக்கு சம்மதிக்கணும்.

ஜானகி : அப்பா, கண்டிப்பா சம்மதிப்பார். ஏன்னா, வெங்கி கல்கட்டால எங்காத்துக்கு பக்கத்துலதான் இருந்தார். வெங்கியும் எங்கப்பாவும் கல்கட்டால Walkingலாம் கூட போவார்கள்.

மாது : அறிவு கெட்டவளே! உங்கப்பனைச் சொல்லலை. எங்கப்பனைச் சொன்னேன். எங்க அப்பா மாத்திரம் இல்ல, எங்கம்மாவும் சம்மதிச்சாத்தான் வெங்கி நம்மாத்துலே தங்கலாம்.

ஜானகி : சும்மா இருங்க. ரெண்டு பேரையும் setup பண்ணலாம்.

மாது : setupஆ?

சின்னான் : கோவிந்தா! கோவிந்தா! கோவிந்தா!

ஜானகி : ஏன்னா! நீங்க இப்ப order பண்ணினத எல்லாம் சாப் டுட்டு பில் பே பண்ணிட்டு வாங்க. நானும் வெங் கியும் உங்களுக்காக Busstandல wait பண்றோம்.

(திரை)

காட்சி 7

மாது வீடு

(மாது, ஜானகி with வெங்கி Entry)

ஜானகி : வெங்கி, வா உள்ளே. ஏன்னா.... வெங்கிய உள்ள வரச் சொல்லுங்களேன்.

மாது : வாயேன்ப்பா. ஏன் கூர்க்கா மாதிரி வாசல்ல விஸ்வரூபம் எடுத்துண்டு நிக்கறே! இடது காலை எடுத்து வச்சு உள்ள வா.

ஜானகி : வலது கால்னு சொல்லுங்கோன்னா.

மாது : நமக்குத் தாண்டி வலது இடது எல்லாம் அவனுக்கு ஒரே கால் - பெத்த கால் - வா...

வெங்கி : Oh! What a beautiful home. ஆமாம், இந்த வீடு எப்போ கட்டினது?

மாது : 1942.

வெங்கி : I see. இப்ப கட்டின மாதிரி புதுசா இருக்கே?

மாது : இந்த வீட்ல உள்ளவங்க-இந்த வீட்ல தங்கியிருக்கறவங்க 1942 என்ன, 1902ல கட்டின வீடா இருந்தாக் கூட புத்தம் புதுசா இருக்கும். கண்ட கண்ட வெட்டிப் பசங்கள்ளாம் வீட்டுக்குள்ள விட்டா நேத்திக்கு கட்டின வீடு கூட, முந்தா நேத்திக்குப் பழசா போயிடும். நான் கண்ட கண்ட வெட்டிப் பசங்கன்னு சொன்னது உங்களை இல்ல. Please don't mistake me. Generalலா தான் சொன்னேன்.

வெங்கி : It's alright.

மாது : அப்ப, நல்ல திட்டலாம்ங்கறே?

ஜானகி : வெங்கி. இவர் இப்படித்தான் தத்துபித்துன்னு பேசிண்டுருப்பார். நீ உள்ள போய் Face wash பண்ணிக்கோ.

வெங்கி : உங்க வீட்டுல shower இருக்கா?

மாது : Shower இருக்கு. ஆனா நீ T.V.Tower மாதிரி இருக்கயே. அங்க போய் குளிச்சா, உச்சந்தலை

இடிக்கும். அதெல்லாம் எங்களுக்காக கட்டினதுப்பா. ஒண்ணு செய். மாடிக்குப் போய் சம்ர்த்தா Bathroomல உட் கார்ந்துண்டு அண்டாலே இருந்து மொண்டு, மொண்டு குளி.

வெங்கி : மொட்டை மாடியா?

மாது : எல்லாம் Cap வச்ச மாடிதான்யா. (வெங்கி exit)

ஜானகி பொறுப்பே இல்லாம நம்ம வீட்டுல தங்க சொல்ற. அப்பாவை ஒரு வார்த்தை கேட்க வேண் டாமா?

ஜானகி : பாவம், அப்பா தூங்கிண்டு இருப்பார்.

மாது : அப்பா ஒண்ணும் தூங்கிண்டிருக்கமாட்டார். இத்தனை நேரம் கொசுவோட பயங்கர குருக்ஷேத் திர யுத்தமே நடத்திண்டு இருப்பார். அப்படியே போய் அம்மாவையும் எழுப்பு!

ஜானகி : அம்மா பாவம். வேலையெல்லாம் முடிச்சுட்டு tiredஆ தூங்கிண்டு இருப்பா.

மாது : உனக்கு இப்பதாண்டீ அம்மாவைத் தெரியும். எனக்கு 27 வருஷமா எங்கம்மாவைத் தெரியும். அப்படி எல்லாம் அவ லேசுல தூங்கிடுவாளா? ராத்திரி தூங்கறதுக்கு முன்னாடி எழுந்து உட்கார்ந்துண்டு, எண்டே குருவாயூரப்பா! எண்டே குருவாயூரப் பான்னு சொல்லிட்டு, குருவாயூரப்பனே நேர்ல வந்து, மாமீ நீங்க தூங்குங்கன்னு சொன்னாதான் தூங்குவா... போ... அம்மாவை எழுப்பு.

(ஜானகி exit-ராமானுஜம் entry)

மாது : வாப்பா, பொறுப்பே இல்லாம உள்ள கொசுவை அடிச்சுண்டு இருக்கயே? இங்க என்ன நடக்கறது தெரியுமா? இந்த ஜானகி கண்ட கண்ட வெட்டி பசங்களையெல்லாம் இங்க வந்து தங்கச் சொல்றா. எவனோ ஒரு தாடிக்கார பய, லாட்ஜ் மாதிரி மாடில வந்து தங்கிருக்கான். மொத காரியமா அவனை வெளில அனுப்பப் பார். வெங்கி... வெங்கி...

(வெங்கி மாடியிலிருந்து இறங்கி வருகிறான்)

வெங்கி : சார் நீங்க... (யோசிக்கிறான்)

ராமா : கொஞ்சம் இந்தப் பக்கம் திரும்பு... இப்படி...

மாது : ஏம்பா photo எடுக்கப் போறயா?

ராமா : சும்மா இருடா, நீ வெங்கடேஷ் தானே? ஏதோ ஒரு மருந்து கம்பெனில வேலை செய்யறதா...?

வெங்கி : ஆமாம்.

ராமா : மாது. He is a very nice fellow.

மாது : என்னப்பா இது! Same side goal போடறியே. இவன் வெங்கடேஷ் இல்லப்பா. வெங்கி... தாடிக்காரன்.

ராமா : சும்மா இருடா. வெங்கியாவது சொங்கியாவது. கும்பகோணத்துல எங்காத்துக்கு எதிர்த்தாத்துல குடியிருந்தான். அப்ப ஒரு நாளைக்கு எனக்கு பயங் கரமான தலைவலி... அப்ப ஒரு Bagலேந்து ஒரு தைலம் எடுத்து என் தலைக்கு தடவி விட்டான் பார். மின்னலடிக்கும் வெண்மை மாதிரி தலைவலி பளிச்சுன்னு போயிடுத்து. Really - he is a very nice boy.

மாது : படுபாவிப் பய எங்கப்பன் தலைலயே கையவச்சுருக் கான். அதுவும் தைலத்தோட. First wicketஏ Clean Bowled. இனிமே எங்க அம்மாவத்தான் நம்பி யிருக்கேன். பாலக்காட்டு பகவதி, என்னை கை விட்டுடாதே.

ராமா : ஆமாம், நீ எங்க தங்கியிருக்க?

வெங்கி : நேத்தி வரைக்கும் Lodgeல...

ராமா : செருப்பால அடிப்பேன்.

மாது : அடி... அடி...

ராமா : அரண்மனை மாதிரி என் வீடு இருக்கு. இங்கேயே தங்க வேண்டியதுதானே? அதுவும் தவிர நானும் அடிக்கடி கும்பகோணம் போயிடுவேன். மாதுவும் ஜானகியும் தனியா இருக்காளே - அவங்களுக்கு ஒரு ஆம்பளை துணை இருக்குறா மாதிரி இருக்கும்.

மாது : ஆம்பளை துணையா? அப்ப நான் யாருப்பா?

ராமா : உனக்கே ஜானகியோட துணை தேவைப்படுது. உனக்கும் ஜானகிக்கும் சேர்த்து ஒரு துணை

வேண்டாமா? வெங்கி. Suppose என் wife வந்து உன் பெயர் எந்தான்னு கேட்டா, எண்டே பேர் உண்டே குருவாயூரப்பான்னு சொல்லு. வீட்டுல தங்கறதென்ன, இந்த வீட்டையே உனக்கு எழுதி வெச்சாலும் ஆச்சர்யப்படறதுக்கு இல்ல. நீ இங்கத் தான் தங்கற. (ராமானுஜம் exit)

வெங்கி : Very nice man. சொன்னவுடனேயே சம்மதிச்சுட் டாரே?

மாது : எங்கப்பா அப்படித்தான். கண்டதுக்கு எல்லாம் தலையாட்டுவார். எங்கப்பாவுக்கு இந்த வீட்டுல voice கிடையது. அப்படி ஓரமா போய் நில்லு- எங்கம்மாவை கூப்பிடறேன். அம்மா...! அம்மா!

(மைதிலி Entry)

மைதிலி : எந்தா...?

மாது : எந்தாவா? இந்தா, இங்க வா. இந்த ஜானகியும் அப்பாவும் சேர்ந்து என்ன தெரியுமா பண்ணறா? கண்ட கண்ட வெட்டிப் பசங்களையெல்லாம் வீட்டுல வந்து தங்க சொல்றா. அதோ நிக்கறானே, அவன்தான். மொதல் காரியமா உன் மாமியார் Positionஐ விட்டு கொடுக்காம அவனை வெளிய விரட்டு. Hello. எங்கம்மா கிட்ட பேசிக்க...

மைதிலி : நீ... வெங்கிதானே?

வெங்கி : மாமி. சுகந்தன்னே?

மைதிலி : ஓ மாது, ஈ ஆள அறியோ?

மாது : இல்ல, எனக்கு அறியல்லா.

மைதிலி : ஈ ஆளு ஒரு ஒண்ணாங்கிளாஸ் ஆளாக்கும்.

மாது : உங்கூடயும் ஒண்ணாங்கிளாஸ்லேந்து படிச்சானா?

மைதிலி : அதல்ல மாது! ஈ ஆளு பாலக்காட்டுல எண்ட வீட்டு எதிர்வீட்டு மாடில ஒரு லோட்ஜ்ல தங்கியிருன்னு.

மாது : லோட்ஜா...

மைதிலி : ஆங்... ஈ ஆளு எங்க அச்சனுக்கு ரொம்ப பிரண்டை.

மாது : Oh. அங்கயும் பிரண்டை. வயத்தை சுத்தி கட்டிக்க வேண்டியதுதான்.

மைதிலி : ஈ ஆளு உசரத்தை கணிச்சு, எண்டே அச்சன் திருவிக்ரமன்னு பரையும். ஒருநாள் எண்ட அச்ச னுக்கு உடம்ப சுகக் கேடாய். ஈ குழந்தை தன்னே ஏதோ ஒரு தைலம் கொடுத்து...

மாது : அங்கையும் தைலமா?

மைதிலி : ஒரு ஒண்ணாங் class தைலம்-ஐஞ்சே ஐஞ்சு நிமிஷம் தேச்சு-அச்சன் எழுந்து கொச்சின் போய்...

மாது : அச்சன் எழுந்து கொச்சினுக்கு போயா?

மைதிலி : வெங்கி, எவிட இருக்கினு?

வெங்கி : ஒரு lodgeல...

மைதிலி : லோட்ஜ் எல்லாம் வேண்டா. நீ இவிட மாடில தங்கலாம். நான் மாதுகிட்ட பறயா. நான் ஒண்ணு சொன்னால் மாது ஒண்ணும் சொல்லாது, எந்தா மாது?

மாது : அதே குட்டி!

மைதிலி : ஆங்!

மாது : அதே அம்மே.

மைதிலி : வெங்கி, உள்ளே ஓடு... நான் ஒண்ணாங் class சாயா கொடுத்து...

வெங்கி : டேயோ? (வெங்கி - மைதிலி exit)

மாது : டேயோ? என்னடா டேயோ? படுபாவி! அவனவன் லேகியம் கொடுத்து வசியம் பண்ணுவான்னு கேள்விப் பட்டிருக்கேன். இந்தாளு என்னடான்னா ஒரு தைலத்தை கொடுத்து, என் பரம்பரையையே வசியம் பண்ணியிருக்கானே!

(திரை)

காட்சி 8

மாது வீடு

(சோபாவில் மாது, வெங்கி, ஜானகி உட்கார்ந்து கொண்டிருக்கிறார்கள்)

வெங்கி : சார், நீங்க ஒரு தடவை கல்கட்டா வாங்க. நான் சுத்தி காமிக்கறேன். என்ன ஒரு first class city தெரியுமா?

மாது : Calcuttaவை நீ எனக்கு சுத்தி காமிக்கறையா? நான் எத்தனை தடவை போயி இருக்கேன்?

ஜானகி : ஏன்னா, நீங்க கல்கட்டா போயிருக்கீங்களா?

மாது : ஒரு காலத்துல office டூர்ல கல்கட்டா, பாம்பே, டில்லின்னு ஒரு இடம் விடல்லை தெரியுமா? ஆனா ஒண்ணு... இத்தனை தடவைகள் போயிருக்கேனே தவிர, ஒருதடவை கூட தாஜ்மஹால் பார்த்ததில்லை தெரியுமா?

ஜானகி : கல்கட்டால தாஜ்மஹாலா? அது டில்லி பக்கத்து லனா இருக்கு?

மாது : சரிடி! இப்ப பழனிக்கு போய் மதுரை மீனாக்ஷி அம்மனை தரிசனம் பண்ணிண்டு வந்தேன்னா, உடனே பழனில ஏது மீனாக்ஷிம்பியா! பழநி - பழநிக்கு பக்கத்துல திண்டுக்கல், திண்டுக்கல் பக்கத்துல மதுரை, மதுரையில் மதுரை மீனாக்ஷி. அதே மாதிரி கல்கட்டா, கல்கட்டா பக்கத்துல டில்லி, டில்லிக்கு பக்கத்துல பாம்பே. பாம்பேக்கு பக்கத்துல பூனா, பூனால தாஜ்மஹால்.

ஜானகி : எனக்காக பூனாலே நீங்க ஒரு தாஜ்மஹால் கட்டி னாத்தான் உண்டு. Agraவைத் தவிர மத்த எல்லாத் தையும் சொல்றேள்.

மாது : ஏண்டீ! அனாவசியமா Agraவை இழித்து கொழப் பறே? அது பாவம். தேமேன்னு ஹைதராபாத்ல இருக்கு.

வெங்கி : ஹைதராபாத்ல ஆக்ராவா?

மாது : இவன் ஒருத்தன்யா. இந்த குதுப்மினார் இருக்கே, அதுதான் ஹைதராபாத்.

வெங்கி : அது குதுப்பினார் இல்ல, Charminar...

மாது : ஹைதராபாத்ல Charminar...ஆ! அப்ப இந்த மதுரா புரி எங்கிருக்கு?

ஜானகி : அய்யோ... குழப்பறேள்.

மாது : விடுடி. நம்பினா நம்பு, நம்பாட்டி போ. கல்கட்டா எனக்கு தெரியாதா? இந்த ஜனகன மன அதிநாயக -தேசீய கீதம் பாடிய அவர் ஊர்தானே?

ஜானகி : பரவால்லையே? உங்களுக்கு டாகூரை தெரிஞ் சிருக்கே!

மாது : இன்னும் நிறைய சொல்வேன். வெள்ளை தாடிக் காரர், கீதாஞ்சலின்னு கவிதை கூட எழுதி இருக் கார். அதுக்காக நோபள் பரிசு கூட வாங்கி இருக்கி றார். அவர் ஊர்தானேடி?

ஜானகி : பரவால்லையே, டாகூரைப் பத்தி இவ்வளவு தெரிஞ்சு வச்சிருக்கேளே?

மாது : எனக்கென்னடி? டாகூரைப் பத்தி பீத்திக்கணும்னு தலையெழுத்தா? ஆனா ஒண்ணுப்பா, அவர் ஏன் கடைசீல இப்படி பண்ணிட்டார்?

வெங்கி : அவர் என்ன பண்ணார்?

மாது : அதாம்ப்பா, இந்த Hindi Cine fieldலே புகுந்து அனாவசியமா கெட்ட பேர் வாங்கிண்டாரே?

வெங்கி : என்ன சொல்றீங்க நீங்க?

மாது : அதாம்ப்பா. அந்த ஆராதனா படத்துல கூட act பண்ணா...

ஜானகி : அய்யோ, அது ஷர்மிளா டாகூர்.

மாது : ஷர்மிளா டாகூரை எனக்குத் தெரியாதாடீ? நம்ப பட் டோடியோட சம்சாரம். அந்த பெண்ணத் தானேடி குங்குங்ம் ஹேஹைகலி...கலின்னு பாட்டெல்லாம் பாடினாரே?

ஜானகி : அய்யோ. அந்த தாகூர் போய் புல்லு முளைச் சாச்சு. ஆராதனா படத்துல நடிச்சது ஷர்மிளா டாகூர். அவர்தான் பட்டோடி சம்சாரம்.

மாது : சரிடீ! ரெண்டு பேரும் டாகூர். அதாண்டி confuse

ஆயிடுத்து. நான் என்ன பண்றது!

வெங்கி : சார்! Northல ஏற்பட்டிருக்கற குழப்பமே அதிகமா இருக்கு. நீங்க வேற ஏன் ஒரு புதுசா கொழப்பத்தை ஆரம்பிக்கிறீங்க? அத விடுங்க... Calcutta போன போது நல்லா சுத்தி பார்த்தீங்களா?

மாது : எங்கப்பா சுத்தி பார்க்க time இருந்தது? ஒரே ஆபீஸ் Work. ஆனா சாயங்காலம் ஆபீஸ் விட்டு வந்தேனா கீழ சலசலன்னு ஓடற அந்த காவிரியை பார்த்துட்டு சந்தோஷமா இருப்பேன். என்ன சொல்லு நீ... காவேரி காவேரிதான்.

ஜானகி : அது காவேரி இல்ல, கங்கா.

மாது : தெரியும் டீ! இப்ப ஆந்திராலேந்து வர கிருஷ்ணாவை, நம்ம தெலுங்கு கங்கைன்னு சொல்றதில்லையா? அதே மாதிரி கல்கட்டாலேந்து வர Ganges, Bengal Cauvery... கும்பகோணத்துல வளர்ந்த பையன், காவேரின்னா விசுவாசம்.

(சீனு Entry)

சீனு : மாது! ஒரு good news.

மாது : Good newsசா? நல்ல நேரத்துக்கு வந்தே! சார்கிட்ட சொல்லு.

சீனு : Bank officer Examல நாம ரெண்டு பேரும் Fail.

மாது : மூதேவி! இதை மொடையா அவனுக்கு முன்னாடி சொல்றீயே? சமாளி... அது ஒண்ணும் இல்லை சார். Bank officer Examல நான் பாஸாம். ஏண்டா சீனு, நீ Failலா?

சீனு : ஆமாம்.

வெங்கி : By the by, Iam வெங்கி.

சீனு : சார், நீங்க என்ன உசரம்?

வெங்கி : ஆறடி மூணங்குலம்.

சீனு : தெரியாமத்தான் கேட்குறேன். நீங்க பொறந்து வளர்ந்தீங்களா, இல்லை வளர்ந்தே பொறந்தீங்களா? என்ன உசரம் சார்! ஆமாம், நீங்க எங்க தங்கி இருக்கீங்க?

வெங்கி : Lodgeல.

சீனு : Lodgeல எதுக்கு சார்? அரண்மனை மாதிரி இங்க வீடு இருக்கு. இங்கேயே தங்கலாமே!

மாது : நான் எப்படாப்பா அவனை வெளில அனுப்ப லாம்ன்னு பார்த்துண்டு இருக்கேன். இங்கேயே தங்கலாம்ங்கறியே? ஏன், அவனை உங்க வீட்டுக்கு அழைச்சுண்டு போயேன்.

சீனு : ஆமாம். நீங்க எந்த ஊர்லேந்து வந்து இருக்கீங்க?

வெங்கி : கல்கட்டா. ஆமாம். நீங்க கல்கட்டா பார்த்துருக் கீங்களா?

சீனு : எங்களுக்கு ஏது சார் கல்கட்டா, பாம்பே எல்லாம். நானும் மாதுவும் பிடிச்சுவிட்ட பிள்ளையார் மாதிரி Mount Road Branch-ஏ கதின்னு இருக்கோம்.

வெங்கி : அப்போ மாது கல்கட்டா போனதா சொன்னாரே?

சீனு : அப்படியா சொன்னான்? இதை ஏன் நீங்க என்கிட்ட மொதல்லயே சொல்லலை?

வெங்கி : ஏன்?

சீனு : சொல்லிருந்தா வேற மாதிரி சொல்லி இருப்பேன். சார்! நான்தான் கல்கட்டா, பாம்பே எல்லாம் போனதில்லை. ஆனா, மாது கல்கட்டா எல்லாம் போயிருக்கான். இல்லையா மாது!

மாது : ஆமாண்டா (அசடுவழிதல்).

வெங்கி : அப்போ மாதுவே போனதில்லேன்னு சொன்னீங்க?

சீனு : அப்படியா சொன்னேன்... அதை அழிச்சுடுங்க? இப்போ, Correctடா கேட்டுக்குங்க. நான்தான் கல்கட்டா போனதில்ல, But மாது அடிக்கடி கல்கட்டா, பாம்பேன்னு டூர் போயிருக்கான்.

வெங்கி : இந்த topic-ஐ இதோட நிறுத்திப்போமா? சாரு லதான்னு படத்துக்கு ரெண்டு Ticket Reserve பண்ணி இருக்கேன், first class படம். பெங்காலி படம்... வர்றீங்களா?

மாது : பெங்காலி படம்-எவன்யா போவான்? மடையன் தான் போவான். சீனு, நீ போறையா?

ஜானகி : ஹை வெங்கி... சாருலதா நல்ல படமாச்சே? நானே நாலஞ்சு தடவை பார்த்துருக்கேன். நான் வர்றேன் வெங்கி?

வெங்கி : சரி, கொஞ்சம் இரு... நான் உள்ள போய் dress change பண்ணிண்டு வந்துர்றேன்.

ஜானகி : நீங்க எதுக்கு dress change பண்ணணும்? இந்த குர்தா-பைஜாமா உங்களுக்கு நன்னா இருக்கு...

மாது : ஆமாம். பீடா கடைக்காரன் மாதிரி இருக்கு.

ஜானகி : அதுவும் இந்த தாடி குர்தாவுக்கு matchingஆ இருக்கு. ஏன்னா ஏன்னா... நானும் வெங்கியோட சினிமாக்கு போயிட்டு வரட்டுமான்னா?

மாது : (கோபமாக) சரின்னா... சரின்னா... வேவ்வவ்வோ...

வெங்கி : So, Mr.மாது, வரட்டுமா?

மாது : (வெறுப்பாக) போடா.

வெங்கி : Mr.சீனு, வரட்டுமா?

சீனு : மாது, One minute. என்னை Mr. சீனுனு கூப்பிட்ட மொதல் ஆசாமி இவர்தான். சார், Congratulation. All the best. Wish you the same.

(வெங்கி-ஜானகி Exit)

மாது : ஏண்டா, அறிவு கெட்டவனே, அவங்களுக்கு போய் டாடா சொல்லறயே? கட்டினவன் நானிருக்கேன், கண்டவனோட சினிமாக்கு போறாளேடா?

சீனு : என்னடா தப்பு? அவனென்னவோ மொதல்ல உன்னைத்தான் சினிமாக்கு கூப்பிட்டான். உனக்கு இந்த 'ரங்கோலி' தெரியாது, வரமாட்டேன்னு சொல்லிட்டே. அதனால உன் Wifeஐ அழைச்சுண்டு போயிருக்கான்.

மாது : ரங்கோலியா? எனக்கு பாஷைதான் தெரியாது. உனக்கு பெயரே தெரியலையேடா. அது பெங்காலி. அவன் தாடி நன்னாருக்காம். பொல்லாத தாடி! என்னமோ தேனீ கூடு கட்டினா மாதிரி இருக்கு.

சீனு : நீயும் வேணும்னா அந்த மாதிரி தாடி வைச்சுக் கோயேண்டா.

மாது : *தாடி என்னடா! நாளைக்குப் பார்.* Bishen singh Bedi *மாதிரி வரேண்டா. அவ என்ன சொன்னா... வெங்கியோட குர்தா ரொம்ப நன்னா இருக்குன்னு சொன்னா இல்ல? நாளைக்குப் பார்! நானும் அவன் மாதிரி குர்தா வாங்கிண்டு வரேன். சீனு, நாளைக்கி நான் எப்படி வரேன்னு பார்.*

(திரை)

காட்சி ௯

மாது வீடு

(ஜானகி - ஹாலில் நின்றுகொண்டு)

ஜானகி : *ஏன்னா அங்க என்ன பண்ணிண்டு இருக்கேள்? சீக்கிரம் வாங்க* Office*க்கு* Time *ஆயிடுத்து.*

(உள்ளிருந்து குரல்)

மாது : *இருடி! டிரஸ் பண்ணிண்டிருக்கேன்.*

ஜானகி : *வழக்கம் போல ரெட்மேட் பனியன் போட்டுக்கற துக்கு இவ்வளவு நேரமா? சீக்கிரம் வாங்க.*

மாது : *இத்தனை நாளா நீ பார்த்தது பழைய மாதுடீ. நீ இப்ப பார்க்கப் போறது புது மாது.*

ஜானகி : *வர வர உங்க போக்கே சரியில்லை.*

மாது : *போக்குல்லடி, ஷோக்கு. அன்னிக்கு என்ன சொன்ன? வெங்கியோட குர்தா நன்னா இருக்குன்னு சொன்னியடி... ஏன் எனக்கு அந்த மாதிரி குர்தாலாம் வாங்கத் தெரியாதா? அந்த மாதிரி ஏழு குர்தா வாங்கி இருக்கேன்டீ! ஏழு* different colours. *வானவில்லின் வர்ணஜாலங்கள்.*

(சீனு Entry)

ஜானகி : *வாங்க... வாங்க...*

மாது : *யாரைடீ வாங்கோன்னே?*

ஜானகி : *உங்க* friend *சீனு வந்திருக்கார்.*

மாது : கண்டவங்களையெல்லாம் வாங்கோம்பேயே. சீனு! அன்னிக்கு வெங்கி ஒரு குர்தா போட்டுண்டு இருந்தானே-அதேமாதிரி ஒரு குர்தா நானும் போட்டுண்டுருக்கேன், வெளில வரட்டுமா? Readyயா?

சீனு : ஜூட்.

(மாது தொள தொள குர்தா அணிந்தவாறு Entry)

ஜானகி : அய்யய்யோ, என்னன்னா இது, பேய் மாதிரி ஆள் தெரியாம ஒரு குர்தா போட்டுண்டு இருக்கேள்!

மாது : நீதானடீ சொன்னே-வெங்கியோட குர்தா நன்னா இருக்குன்னு. அதை கொண்டு போய் கடையில காட்டினேன், இதே மாதிரி ஏழு குர்தா கொடுப்பான்னு. அவன் என்ன சொன்னான் தெரியுமா? நீங்க எத்தனை வருஷம் வேணும்னாலும் போட்டுக்கலாம்ன்னான். Life Sizeன்னான். இழுக்க - இழுக்க இன்பம் தரும்.

ஜானகி : மொத காரியமா அந்த குர்தாவை கழட்டி வெங்கி கிட்ட கொடுங்க. உங்களைவிட அவருக்கு நன்னா இருக்கும்.

(ஜானகி Exit)

மாது : அவளுக்கு இந்த குர்தா பத்தி ஒண்ணுமே தெரி யாதுடா. குளிச்சுட்டு வந்தா துண்டே வேண்டாம். அப்படியே துவட்டிக்கலாம்.

சீனு : மாது, இந்த குர்தால உன்னை பார்க்க எப்படி தெரியுமா இருக்கு! இந்த குழந்தைங்க எல்லாம் Fancy dress competitionலே பூச்சாண்டி வேஷம் போட்டா மாதிரி இருக்கு.

மாது : ஏண்டா இந்த குர்தா நன்னா இல்லியா?

சீனு : குர்தா நல்லாத் தானடா இருக்கு. அதுக்கு அப்புறம் தான் ஒண்ணுமே இல்லையே. கை இல்லை. கால் இல்லை. மாது, நீ இப்படியே ஆபீஸுக்கு வரபட் சத்துல நான் ஆபீஸுக்கு வரலை.

மாது : ஏண்டா! இப்படியே போனா என்னை தப்பா எடுத்துப்பாங்களா?

சீனு : நீ இப்படியே போனா உன்னை தப்பா எடுத்துக்க மாட்டாங்க. நீன்னு தெரிஞ்சாத்தானே? ஏதோ ஒரு குர்தா மட்டும் ரோட்ல நடந்து போயிண்டு இருக்குன்னு நெனைச்சுப்பாங்க.

மாது : பைத்தியம். நான் என்ன இப்படியே போயிடு வேன் நினைச்சியா? இத பார், கையெல்லாம் மடிச்சுண்டுடுவேன்.

சீனு : இதை என்ன பண்ணுவே!

மாது : அதை Pant-க்குள்ள இன்ஷர்ட் பண்ணிண்டு டுவேன்.

சீனு : By the by மாது, Pantலாம் போட்டுண்டு இருக்கியா?

மாது : படுபாவி. இத பார்டா.

சீனு : மாது, மொத காரியமா இந்த குர்தாவை ஒரு டெய்லர் கிட்ட கொடுத்து தையல்லாம் பிரி. குளிர்காலத்துல போர்வையா use பண்ணிக்கலாம்.

மாது : அப்ப பழையபடி பனியனோட வரச் சொல்றியா?

சீனு : பனியன் வேண்டாம். Bare Bodyயோட வா. ஆனா இந்த குர்தா போட்டுக்கறத விடுடா-மாடு மிரளும், கழுதை உதைக்கும், நாய் தொறத்தும்.

மாது : பின்ன என்னடா, அன்னிக்கி வெங்கி போட்டுண் டப்போ மட்டும் ஜானகி நைஸா இருக்குன்னு சொன்னாளே!

சீனு : Niceஸா இருந்தா போதுமா? உன் சைஸா இருக்க வேண்டாமா! ஏண்டா, அனாவசியமா வெங்கி, வெங்கின்னு அவன் கூட போட்டி போடற? எனக் கென்னவோ அவன் நல்லவனாத்தான் படறான். இந்த குர்தா விஷயத்துல நீ மண்ணை கவ்விட்டே. அதை ஒத்துக்க.

மாது : குர்தா விஷயத்தை விடுடா. அடுத்தது அவ என்ன சொன்னா? வெங்கியோட தாடி.

சீனு : என்ன செய்யப் போறே? அவன் தாடியை எடுத்து நீ ஒட்டிக்கப் போறையா?

மாது : நான் எதுக்குடா அவன் தாடியை எடுத்து ஒட்டிக்

கணும்? அவன் தாடியை வழிச்சுட்டா? சீனு, உன் சின்னான் நல்லா முடி வெட்டுவான் இல்லையா? நாளைக்கு உன் சின்னான் வண்ணானை பளபளப்பான கத்திய எடுத்துண்டு வரச்சொல்லு. வெங்கிய மயங்க வச்சு, அவன் மயங்கின சமயமா பார்த்து, அவன் தாடியை வழிக்கணும். வெங்கிய மயங்க வைக்க என்ன செய்யலாம்?

சீனு : டிஸ்கோ சாந்தியைவுட்டு ஆட செய்யலாமா?

மாது : மூதேவி! நாளைக்கு பார்மஸிலேந்து தூக்க மாத்திரையை வாங்கிண்டு வா. அதை பால்லே கலந்து வெங்கிக்குக் கொடுப்போம். வெங்கியோட தாடி காலி.

(திரை)

காட்சி 10

மாது வீடு

ஜானகி : என்ன வெங்கி, official letter ஆ!

வெங்கி : இல்லை. Personal letter, ஜானகிக்கு, உடனே நானானு கேட்காதே. அப்போ சொன்னேனே அந்த ஜானகிக்கு, ஜானகி! Love பத்தி நீ என்ன நெனைக்கறே!

ஜானகி : Loveன்னா கிலோ என்ன விலைன்னு கேக்கறவ நான். இந்த Love பொடலங்கா பத்திலாம் எனக்கு தெரியாது. கல்யாணத்துக்கு முன்னாடி ரெண்டு பேர் Love பண்ணா அதுக்கு பெயர் Love. நீயும் ஜானகியும் பண்ணாமாதிரி. கல்யாணத்துக்கு அப்புறம் ரெண்டு பேர் Love பண்ணா, அதுபெயர் affection. நானும் மாதுவும் மாதிரி. விஷயம் ஒண்ணுதான். ஆனா வார்த்தைகள்தான் வேற... ஆமாம், என்ன letterஐ பாதிலே நிறுத்திட்டீங்க?

வெங்கி : போச்சு. ஏதேதோ தத்துவமெல்லாம் பேசி என் மூடெல்லாம் அவுட் பண்ணிட்டே. வெளில போயி, இரு, தம் அடிச்சுட்டு வந்தாதான் எனக்குப்

பழையபடி மூடே வரும்... ஆமாம் நீ எங்க கிளம்பிட்ட?

ஜானகி : சனீஸ்வரன் கோவிலுக்குப் போய், இவர் பேருக்கு ஒரு அர்ச்சனை பண்ணிட்டு வரப்போறேன். என்னமோ தெரியலே வெங்கி, அவர் கொஞ்ச நாளாவே ஒரு மாதிரி Behave பண்றார். நேத்திக்கி தொள தொளன்னு ஒரு குர்தாவ போட்டுண்டு வந்து இது எப்படி இருக்குன்னு கேட்கறார். எனக்கென்னமோ பயமா இருக்கு.

வெங்கி : அதுக்குத்தான் நீ Love பண்ணி கல்யாணம் பண்ணிக்கணும்னு சொன்னேன்.

ஜானகி : என்ன சொல்றீங்க?

வெங்கி : ஜானகி! கல்யாணத்துக்கு அப்புறம் எல்லா புருஷன் களும் தன் பொண்டாட்டி கிட்ட ஒரு Heroன்னு Impress பண்ண இப்படித்தான் பீலாகாட்டுவான். ஸ்கூட்டர்ல போறச்சே, தன்னை ஒரு பெரிய ரஜினி காந்த்ன்னு காட்ட, ஸ்கூட்டரை வளைச்சு வளைச்சு ஓட்டுவான். எதுக்காக? தன்னை ஒரு Heroன்னு காட்டத்தான். But உன் புருஷன் மாது என்னவோ he is a very nice fellow. என்ன கொஞ்சம் அசடு, அவ்வளவுதான். கொழந்தை பொறந்தா எல்லாம் சரியாயிடும். You don't worry.

ஜானகி : என்னவோ, நீங்க சொன்னா சரிதான். சரி, நான் கோவிலுக்கு போயிட்டு வர்றேன்.

வெங்கி : ஜானகி! அப்ப இந்த தாடி எதுக்காக வைச்சுண்டுருக் கேன்னு கேட்டியே, எல்லாம் ஜானகிக்காகத்தான்.

(வெங்கி - ஜானகி Exit. மாடிப் படியில் நின்று கடைசி டைலாக்கை மட்டும் ஒட்டுக்கேட்ட மாது வும் சீனுவும் Entry)

மாது : என்ன அநியாயம்டா, பார்த்தயாடா! தாடியை ஜானகிக்காக வைச்சங்கறான். அவளும் ஆமாங்கற மாதிரி ஆமோதிக்கறா. எனக்கு இப்ப இருக்கற வெறுப்புல, நான் மட்டும் மந்திரியா இருந்தேன்னா மொதல்ல தாடி ஒழிக்கும் மசோதா சட்டம்ன்னு ஒண்ணு கொண்டு வந்து ஊர்ல இருக்கிற அத்தனை

பய தாடியையும் வழிச்சுடுவேன். சரி, சின்னானை வரச் சொன்னேனே, என்ன பண்றே!

சீனு : வாசல்ல Readyயா இருக்கான்.

மாது : தூக்க மாத்திரை வாங்கிண்டு வரச் சொன்னேனே, வாங்கிண்டு வந்தியா?

சீனு : மாத்திரை கிடைக்கலே, சிரப்பா வாங்கிண்டு வந்திருக்கேன்.

மாது : சீனு - அந்த சிரப்பை பால்ல கலந்து tableல வெச்சுட றேன். வெங்கிக்கு ராத்திரி பால் சாப்பிடற வழக்கம் உண்டு. பால் எடுத்துச் சாப்பிடுவான், மயங்கி விழுவான். அப்புறம் சின்னானை விட்டு காரியத்தை கச்சிதமா முடிச்சுடலாம்.

சீனு : மாது! நீ என்னமோ பால், பால்ங்கறே எனக் கென்னமோ? நம்ம police I.G பெயர் ஸ்ரீபாலு ஸ்ரீபாலுன்னுதான் விழறது. சரி மாது, நான் போய் வண்டியை ஓரமா நிறுத்திட்டு வர்றேன்.

(சீனு Exit)

மாது : ஆ பால்!

(பால் எடுத்துண்டுவர உள்ளே சென்று திரும்பு கிறான்.)

சே... இந்த சமயத்துல வீட்டுல ஒரு சொட்டு பால் கூட இல்லை. அப்ப தண்ணிலேயே கலக்கிவோம். மருந்தை தண்ணியில் கலந்து வைத்து...

(மாது Exit. உடனே மாது Entry - சீனு Entry)

சீனு : என்னடா மாது, எல்லாம் ரெடியா?

மாது : எல்லாம் பக்கா. நான் கொல்ல பக்கம் போறேன். நீ சீக்கிரமா அந்த பீரோக்குள்ள ஒளிஞ்சுக்கோ.

சீனு : மாது, ஒரே தாகமா இருக்குடா. நான் போய் பன்னீர் சோடா சாப்ட்டுட்டு வர்றேன்.

மாது : டேய்! எந்த Timeல என்ன கேட்கணுங்கற விவஸ்தையே இல்லை. போய் பீரோக்குள்ள ஒளிஞ்சுக்கோ.

(சீனு முனகிக் கொண்டே பீரோக்குள்ள ஒளிந்து கொள்கிறான். சின்னான் Entry)

மாது : உன்னை யாருடா அதுக்குள்ள வரச்சொன்னது!

சின்னான் : சீனு.

மாது : அந்த ஆள் வந்தப்பறம்தான் நீ உள்ள வரணும். அதுக்கு முன்னாடி நீ வரவே கூடாது. ஆமாம், கத்தி எடுத்துண்டு வந்தியா?

சின்னான் : இதோ இருக்கே.

மாது : என்னடா இது, பெட்டிலாம் எதுக்கு?

சின்னா : நீ தானே சொன்னே. யாருக்கோ shave பண்ணணும்ன்னு. அதான் பிரஷ், கிரீம்லாம் எடுத்துண்டு வந்துருக்கேன்.

மாது : ஏண்டா! அவன் என்ன உனக்கு Faceஆ கொடுக்கப் போறான். அவன் மயங்கினப்பறம் நீ காரியத்தை முடிக்கணும். நல்லா ஞாபகம் வச்சுக்க. அந்த ஆள் வந்ததுக்கு அப்புறம்தான் நீ வரணும். அதுக்கு முன்னாடி நீ வரவே கூடாது.

சின்னான் : ஆமாம்! அந்த ஆள் எப்படி இருப்பான்?

மாது : கவலையே படாதே. ஒரே ஒரு ஆள்தான் மாடில இருப்பான். நீ கண்ணை மூடிண்டு காரியத்த முடி... நான் கொல்ல பக்கத்துல ஒளிஞ்சுக்க றேன். நான் இருந்தா வெங்கிக்கு சந்தேகம் வரும்.

சின்னான் : அது யார் வெங்கி? யார் மொதல்ல வருவா! அந்த ஆளா? வெங்கியா? ஏன் கேட்கறேன்னா வெங்கி மொதல்ல வந்து நான் வெங்கிதான் அந்த ஆளுன்னு நினைச்சு வெங்கிக்கு shave பண்ணிட்டா?

மாது : அந்த ஆள் பெயர்தான் வெங்கி.

சின்னான் : இத்தை மொதல்லையே சொல்லக் கூடாதா? சரி வாத்யாரே, அந்த ஆள் வர்றதுக்குள்ள நான் கடைக்கு போய் நாலு துணிக்கு இஸ்த்ரீ பண்ணிட்டு வந்துட றேன்.

(சின்னான் Exit - மாது உள்ளே போகிறான், பீரோவிலிருந்து சீனு வெளியே வருகிறான்.)

சீனு : சே...சே... இந்த மாதுவுக்கு எப்பொழுதும் தன் காரியம்தான். தாகமா இருக்கு ஒரு பன்னீர்

சோடா சாப்டுட்டு வர்றேன்னா விடலை! அடடே, அதோ தண்ணி... இதையே சாப்பிடலாமே?

(டேபிளில் மருந்து கலந்த தண்ணியை எடுத்து குடித்துவிடுகிறான். Jugலிருந்து இன்னொரு கிளாஸில் தண்ணி Fillup பண்ணிவிட்டு)

தண்ணில ஏன் ஒரு மாதிரியா வாசனை வருது? இந்த கார்ப்பரேஷன்காரங்களுக்கு எவ்வளவு சொன்னாலும் தெரியறதில்லே. தண்ணில அதிகமா குளோரின் கலந்துர்றாங்க...

(சீனுவுக்கு லேசான மயக்கம் வந்து, சீனு தள்ளாடிய படியே சென்று பீரோவில் ஒளிந்து கொள்கிறான்.)
(வெங்கி Entry)

(டம்ளரில் உள்ள தண்ணியை குடிக்கிறான். மாது சைட்டிலிருந்து watch பண்ணுகிறான்.)

(வெங்கி Exit - மாடிக்குப் போகிறான்.)

மாது : விசிலா அடிக்கறே? இன்னும் அஞ்சு நிமிஷத்துல உன்னை ஒழிக்கிறேன் பார். அடே சின்னா... சின்னான்.

(சின்னான் Entry. மறதியாக கையில் இஸ்த்ரி பெட்டியுடன் வருகிறான்.)

மாது : சீக்கிரம் போய் காரியத்தை முடி... ஆமாம், கத்தி எங்க?

சின்னான் : இதோ (இஸ்த்ரீ பெட்டியை நீட்ட) மன்னிச்சுக்கோ வாத்யாரே. அத்தை கவனிக்கலை. அத்தை இங்கேயே விட்டுட்டு இத்தை எடுத்துண்டு வந்துட்டேன்.

மாது : சீக்கிரம் வா.

(சின்னான் - மாது Exit. ஊரிலிருந்து Bag உடன் உப்பிலி Entry)

உப்பிலி : அத்திம்பேர்... ஜானகி... வெங்கி...

வெங்கி : (குரல்) யார்? உப்பிலியா?

உப்பிலி : ஆமாம். நான்தான் ஊர்லேந்து வந்துருக்கேன். Tiredடா இருக்கு... உன் Roomதான் காத்தாட

இருக்குமே, படுக்கறதுக்கு வரட்டுமா?

வெங்கி : (குரல்) வா... வா...

(உப்பிலி மாடிக்கு போகிறான். வாராய், நீ வாராய் பாட்டு ஒலிக்கிறது. மாது, சின்னான் கத்தியுடன் ஆடிக் கொண்டே Entry)

(சின்னான் கத்தியுடன் மாடிக்குச் செல்கிறான். மாது பீரோவை திறக்க, சீனு தடால் என்று மாது மேல் மயங்கிய நிலையில் சாய)

மாது : சீனு...! சீனு...!

சீனு : மாது! இந்த தண்ணில இருந்த Tabletஐ சாப்ட்டுட் டேன். ஆமாம் மாத்திரை... தூக்கத்தை... பால்ல கலந்துட்டயா?

மாது : மாத்திரை... தூக்கத்தை... பாலைய்யா! என்னடா உளர்றே!

(சின்னான் மாடியிலிருந்து இறங்கி வருகிறான்)

சின்னான் : வாத்யாரே, காரியத்தை கச்சிதமா முடிச்சுட்டேன். ஆனா ஒண்ணு, ரூம் இருட்டா இருந்ததுனால கண்ணு சரியா தெரியலே. கொஞ்சம் திட்டு திட்டாத்தான் வழிச்சிருக்கேன். பரவாயில்லையா?

மாது : ஒரு மாதிரி கொதறினா போதும்.

சின்னான் : வாத்யாரே! அந்த ஆள் தாடி ஏன் இவ்வளவு அடர்த்தியா இருக்கு?

மாது : ஒண்ணுமில்லேடா. உசரமான ஆள், மூஞ்சியும் பெரிசு. தாடியும் பெரிசு.

சின்னான் : ஆமாம். தாடில ஏன் வகுடெல்லாம் வச்சுருக்கான்?

மாது : தாடில வகுடா! என்ன சொல்லற?

சின்னான் : அது மாத்திரம் இல்ல வாத்யாரே, தாடியில் Buff வெச்சிருக்கான். கிருதா வச்சுருக்கான். ஆமாம் மொதலாளிக்கு என்ன ஆச்சு?

மாது : உன் மொதலாளி தண்ணி குடிச்சிருக்கான்.

சின்னான் : வாத்யாரே, எனக்கு ரொம்ப நாளா ஆசை. மொதலாளிக்கு மொட்டை அடிச்சுடவா?

மாது : அதெல்லாம் வேண்டாம். சீனு, சீக்கிரம் எழுந்துருடா. வெங்கி தாடிய வழிச்சாச்சுடா. வெங்கி... வெங்கி...

(வெங்கி மாடியிலிருந்து வருகிறான்.)

வெங்கி, உன் தாடி என்ன அப்படியே இருக்கு?

வெங்கி : தாடி அப்படியே இல்லாம என்ன ஆடிண்டேவா இருக்கும்? ஊர்லேந்து உப்பிலி வந்துருக்கான். உப்பிலி.... உப்பிலி... உன் அத்திம்பேர் கூப்பிடறார்... வா...

(உப்பிலி அச்சுபிச்சு வென்று வழித்த தலையுடன் ஓடிவந்து)

உப்பிலி : அத்திம்பேர், என் தலைய பாருங்கோ.

(மாது - சின்னான் Shocked. shockல மாது சீனுவை விட, சீனு தடால் என்று மயக்க நிலையில் கீழே விழ)

(திரை)

காட்சி 11

மாது வீடு

மாது : சீனு... வாசல்ல யார் வந்துருக்கான்னு பாரு?

சீனு : உங்கப்பாவும் அம்மாவும்தான் ஊர்ல இருந்து வந்துருக்கா.

மாது : வாயேம்ப்பா... என்ன வெட்கம்? உள்ள வாயேன். *(ராமானுஜம் - மைதிலி Entry)*

ராமா : ஏண்டா, நான் ஊர்லேந்து வரப்போறதா Letter போட்டேன்னோல்லியோ, Receive பண்ண ஏன் ஸ்டேஷனுக்கு வரலை?

மாது : உனக்கென்ன? ஆ ஊன்னா மதராஸ்லே இருந்து கும்பகோணம் போயிட்டு போயிட்டு வருவே...

நான் ஒவ்வொரு வாட்டியும் ஸ்டேஷனுக்கு வந்துண்டு இருக்கமுடியுமா?

ஜானகி : வாங்கம்மா.

ராமா : ஏண்டா, கல்யாணமாயி ஆறு மாசம் ஆறதே. விசேஷம் ஏதாவது உண்டா?

மாது : விசேஷமில்லை. நிறைய விவகாரம் இருக்கு?

சீனு : அவன் உளர்றான் சார். ஆமாம், உங்க luggageலாம் எங்கே?

(வெங்கி லக்கேஜுடன் வருகிறான்)

ராமா : லக்கேஜ்ஜா? அங்க பார்.

மைதிலி : மாது! உன்னை பத்துமாசம் சுமந்து பெத்துருக்கேனாக்கும். ஆனா நான் சுமக்காத வெங்கி ஸ்டேஷனுக்கு வந்து எங்க luggageலாம் சுமந்திருக்கான் கொழந்தை.

மாது : எல்லாம் setupம்மா. சீனு வா, Office போகலாம்.

ராமா : சரி சரி. நானும் போயி குளிச்சுட்டு வந்துடறேன்.

மைதிலி : நானும் வர்றேன்னா.

ராமா : ஏண்டி! எல்லோரும் சேர்ந்து குளிக்க நம்ம Bathroomல என்ன குற்றால அருவியா கொட்டறது! பரக்காவெட்டி. (ராமானுஜம் Exit)

மைதிலி : ஜானகி! நானே காபியை கலந்து குடிச்சுக்கறேன். நீ மாதுவை officeக்கு அனுப்பற வழியைப் பாரு. (மைதிலி Exit)

ஜானகி : ஏன்னா, இந்தாங்க Tiffin Box. மோருஞ் சாதமும் தொட்டுக்க மாங்காயும் வச்சிருக்கேன்.

மாது : அதென்னடீ... கைல இன்னொரு டிபன் பாக்ஸ் வச்சுருக்கே.

சீனு : ஓ, எனக்கும் சேர்த்து மோர் சாதம் கலந்துட்டேளா?

ஜானகி : இது உங்களுக்கில்ல... வெங்கிக்கு. இந்தாங்க மோர் சாதமும் உங்களுக்கு பிடிச்ச ஆவக்காய் ஊறுகாயும், வடுமாங்காயும் வெச்சிருக்கேன்.

மாது : ஏண்டீ! நாங்க என்ன ஆவக்காய் சாப்பிடமாட்டோமா?

ஜானகி : உங்களுக்குத்தான் ஆவக்காய் பிடிக்காதே.

மாது : ஆவக்கா என்னடி? எனக்கு இப்ப இருக்குற வெறுப் புல கசப்பா பாவக்காய் கொடுத்தாக் கூட பிடிக்கும் - சாப்புடுவேன்.

வெங்கி : ஏன் சார் டென்ஷன் ஆறீங்க? நீங்க வேணும்னா இந்த Tiffin Boxஐ எடுத்துக்குங்க. நான் வேணும்னா அந்த Tiffin Boxஐ எடுத்துக்கறேன். ரெண்டுபேரும் டிபன்பாக்ஸை Exchange பண்ணிக்கலாம்.

மாது : Exchangeஐ Tiffin Boxஸோட நிறுத்திக்க.

வெங்கி : ஜானகி, நான் சாயங்காலம் ஆபீஸ்லே இருந்து வர late ஆகும். O.k? (வெங்கி Exit)

ஜானகி : ஏன்னா, நான் சாயங்காலம் வீட்டுக்கு வர late ஆகும். உங்களுக்கு Tiffinஐ எடுத்து வெச்சுட்டு போறேன்.

மாது : கவனிச்சியா. இவளும் late ஆகும்ங்கறா... 1+1=2.

ஜானகி : என்ன?

மாது : ஒண்ணுமில்லை. ஆமாம் Mrs.மாது. நீங்க ஏன் சாயங்காலம் lateஆ வருவீங்கன்னு Mr.மாது தெரிஞ் சுக்கலாமா?

ஜானகி : என்ன திடீர்னு Mrs.மாது-Mr.மாது, தெரிஞ்சுக்க லாமா?

மாது : எல்லாம் ஒருவாட்டி Confirm பண்ணிண்டேண்டீ!

ஜானகி : உங்களுக்கு என்னமோ ஆயிடுத்து... Some Misunder standing.

மாது : Misunderstanding இல்ல. Mrs. Understanding.

ஜானகி : முனீஸ்வரா?

மாது : அது யாரு முனீஸ்வரன். ஒண்ணாங் Classலேந்து Collegeவரை ஒண்ணா படிச்சானா?

ஜானகி : அய்யோ... மூனீஸ்வரங்கறது சுவாமி.

மாது : சாமியா? நான் வேறேதோ ஆசாமின்னு பயந்து போயிட்டேன்.

ஜானகி : ஏன்னா, நான் கோவிலுக்கு போயிட்டு வரேன். எல்லாம் உங்களுக்காகத்தான். (ஜானகி Exit)

மாது : இங்க புருஷன் ஒருத்தன் திண்டாடிக்கிட்டு இருக்கேன். அவளுக்கு கோவில்ல என்னடா வேலை? எனக்கு இப்ப இருக்கற வெறுப்புக்கு Officeக்கே போக வேண்டாம் போல இருக்கு.

சீனு : ஹை... மாது... Officeக்கு போக வேண்டாமா?

மாது : அலையாத. ஒரு One Hour கழிச்சுப் போகலாம். சீனு, இங்க பார்த்தையா? வெங்கியோட டைரீ. எடுத்துப் படிப்போமா?

சீனு : மாது, ஊரான் டைரில்லாம் படிக்கக்கூடாது. Indecent habit அது.

மாது : அவன் ஊரான் இல்லடா. என்னை பிராண்ட வந்த பூரான். சீனு, இதுல ஏதோ ஒரு லெட்டர் இருக்கு... பிரிச்சுப் படிப்போமா?

சீனு : மாது! அடுத்தவனுக்கு வந்த லெட்டர்ஸ்லாம் படிக்கறது படிச்சவங்க பண்ற காரியம் இல்லை.

மாது : அப்ப நீ படிக்கறையா! டேய், ஒரே ஒரு தடவை படிப்போமா?

சீனு : சரி...

மாது : இவ்வளவு ஆசை இருக்கு. அப்புறம் என்ன?

(மாது பிரிச்சுப் படிக்கிறான்)

அன்புள்ள ஜானகிக்கு... பார்டா சீனு, என் பொண்டாட்டிக்கு Love letter எழுதிருக்காண்டா. அதுவும் எங்க வீட்டுலயே எழுதி, என் வீட்டுக்கே Post பண்ணிருக்கான்.

சீனு : அவசரப்படாத. லெட்டரை படி!

மாது : அன்புள்ள ஜானகிக்கு, நலம்தானா...நலம்தானா... உடலும் உள்ளமும் நலம் தானா... பீப்ப் பீப்பி.... பிப்ப்பிப்பீ...

சீனு : அதென்னடா?

மாது : நாதஸ்வர Sound, Rerecording கொடுத்து இருக்கான்.

சீனு : மேல படி!

மாது : ஜானகி, நீ வானம்னா நான் மேகம். நீ மேகம்னா நான் மழை. நீ மழைன்னா நான் பூமி. நீ பூமின்னா நான் பயிர்.

சீனு : அதுக்கப்பறம்?

மாது : அப்புறம் ஒண்ணும் எழுதலை... வேற என்ன எழுதியிருக்கப்போறான்? நீ பயிர்னா நான் நாத்து. நீ நாத்துனா நான் வாத்து. அவன் குடியானவனா பொறந்திருக்க வேண்டியவன்.

சீனு : மாது... வெங்கி லெட்டரை பாதியிலே நிறுத்தி இருக்கான். ஏன் தெரியுமா?

மாது : வேறென்ன? பயிர்க்கு மேல பயலுக்கு தெரியலை போல இருக்கு. கிராம முன்சீப்கிட்ட கேட்டு எழுதலாம்ன்னு இருக்கான் போல இருக்கு.

சீனு : அதான் இல்லை... வெங்கி இந்த லெட்டரை எழுதும் போது பாதில ஜானகி அங்க வந்து இருப்பா. தன் கால்ல இருக்கற செருப்பை கழட்டி காமிச்சுருப்பா, பய பயந்து போய் நிறுத்திருப்பான்.

மாது : அவ செருப்பை கழட்டி காட்டினா இவன் சும்மா இருப்பானா? நீ செருப்புன்னா நான் பாதம். நீ பாதம்னா நான் முழங்கால்ன்னு போயிண்டே இருப்பான். அவன் காலிப் பய.

சீனு : வெங்கி இந்த லெட்டரை எழுதி இருக்கும் பட்சத் துல definiteஆ அவன் ஒரு திருட்டு ராஸ்கல். முதல் காரியமா அவனை வீட்டை விட்டு வெளிய அனுப்பணும்.

மாது : அதுக்குத்தான் நாம ஏற்கனவே குழி பறிச்சாச் சேடா. வெங்கி பத்தி ஒரு மொட்டை கடுதாசி ready பண்ணச் சொன்னேனே, post பண்ணிட்டியா?

சீனு : அதுவா, post பண்ணிட்டேன். அநேகமா இன் னேரம் வந்துடும். நீ சொன்ன மாதிரி எழுதியிருக் கேன். Infact நானே இரண்டு லைன் Extraவா add பண்ணிருக்கேன்.

மாது : அந்த லெட்டர் வரட்டும். இந்த வெங்கி பயலை ஒரு கிழி கிழிப்போம்.

குரல் : சார் post. *(சீனு சென்று லெட்டரை வாங்கி வருகி றான்)*

சீக்கிரம் எங்கப்பா, அம்மாவை கூப்பிடு. லெட்டரைப் பிரிச்சுப் படிப்போம்.

சீனு : இருடா! அதுக்கு முன்னாடி, நீ ஒரு தடவை லெட்டரைப் பிரிச்சுப் படிச்சுடு. எங்கயாவது சொதப்பி இருந்தா - வம்பா போயிடும்.

மாது : அதுவும் கரெக்ட்தான். (லெட்டரைப் பிரிக்கிறான்) அடேய் வெங்கி, பனமரத் தலையா, தென்ன மரத்தடியா, வேப்ப மர வேதாளம், முருங்க மர மடையா... சும்மா சொல்லக் கூடாது. சீனு ஒரு மரம் விடலையே? எனக்கே தோப்புக்குள்ள போயிட்டு வந்த Feeling. அடேய் வெங்கி! கல்கட்டாவில் ஒரு பெண்ணின் வாழ்க்கையை கெடுத்தது போதாதா? Madrasக்கு வந்து, ஜானகியின் வாழ்க்கையையும் கெடுக்க வேண்டுமா? இதோ நாங்கள் வருகிறோம். தாயாராக இரு. என்னடா சீனு, தாயாராக இரு...?

சீனு : அது தயாராக இரு. ஒருகால் Extra விழுந்துடுத்து.

மாது : பரவாயில்லை. நாங்கள் வரும்பொழுது அப்படி வரப்போவதில்லை. I.G., கமிஷனர், S.I, கான்ஸ்டபிள், டிராப்பிக் கான்ஸ்டபிள்... ஏண்டா! போலீஸ்ன்னு எழுதினா போதாதா? NCC, கூர்க்காலாம் சேக்கணுமா? அதென்னடா, ரெண்டு Line கடைசீல add பண்ணி இருக்க?

சீனு : நான்தான் சொன்னேனே. 2 LINES சொந்தமா எழுதியிருக்கேன்னு.

மாது : Oh! நீ வேறே அவனை திட்டியிருக்க. பேஷ்! இப்படிக்கு பெயர் சொல்ல விரும்பாத மாது - சீனு.

(திரை)

காட்சி 12

மாது வீடு

மாது : சீனு! ஜானகி பின்னாடிபோய், follow பண்ணி அவ னோட எங்கங்க போறா, எப்படி எப்படி பழகறான்னு கண்டுபிடிக்க, ஒரு Secret agentஐ appoint பண்ணச் சொன்னேனே, பண்ணிட்டியா?

சீனு : Secret Agent தானே. Ready... வாங்க சார்.

(ராம்ஸ் பாண்ட் Entry)

மாது! இவர்தான் ராமன். ராம்ஸ் பாண்ட்-007.

மாது : இவரா பாண்ட்? குள்ளமா இருக்காரே? (Secret agentஐ பார்த்து) இவன் Bond இல்லடா; எம்மாத் துண்டு.

பாண்ட் : சார், இந்த தொழில் ஆரம்பிச்சு இப்பதான் ஒரு வருஷம் ஆறது. அதுக்குள்ள பாருங்க எவ்வளவு கேசு. இந்த காணாமப் போன கிளுகிளுப்பை, பக்கெட், அண்டா, பல்ப்பம் எல்லாத்தையும் டக்கு கட்டுன்னு கண்டுபிடிச்சுருக்கேன்.

மாது : என்னடா இது பயங்கரKinter Garden Caseஆ இருக்கு?

பாண்ட் : சார், ஒரே ஒரு Chance கொடுங்க சார்... அதுக்கப் பறம் தெரியும், இந்த பாண்ட்டோட பெருமை.

மாது : O.k. பாண்ட். நீ எங்கயாவது ஒரு எடத்துல ஒளிஞ்சுக்குங்க. எந்த எடம் வெச்சுக்கலாம்? ஒரு நிமிஷம்... (மாது உள்ளே சென்று ஒரு துணிக் கூடையை எடுத்துண்டு வந்து) நீ என்ன பண்றே? இந்த கூடைக்குள்ள ஒளிஞ்சுக்கற. என் Wife இப்ப கோவிலுக்கு போவா. அவ பின்னாலேயே follow பண்ணிண்டு போயி, அவ எங்கங்க போறா, யார் யார்கூட பழகறான்னு இந்த மாதிரி detailsலாம் வந்து சொல்ற...

பாண்ட் : ஆமா. உன் Wifeகூட சுத்தறான்னு சொல்றீயே... அவனைப்பத்தி details ஏதென்ன சொல்லமுடியுமா?

மாது : ரொம்ப உசரமா இருப்பான்.

பாண்ட் : என்ன விடவா?

மாது : மூதேவி! அவன் உசரத்தை வச்சு பார்த்தா, நீ இன்னும் வளரவே இல்லை. கூடைக்குள்ள போ. நான் இப்ப என் Wifeஐ கூப்பிடறேன். நான் இங்க இருந்தா, அவளுக்குச் சந்தேகம் வரும்.

(போய்விட்டு உடனே திரும்பி வந்து) பாண்டு.

பாண்ட் : *(கூடைக்குள்ளிருந்து)* என்ன மாது!

மாது : இருக்கேளா? எங்க கூடைக்குள்ளயே காணாம போயிட்டிங்களோன்னு நினைச்சேன். அப்பறம் இன்னொரு பாண்டை வச்சு உம்மைத் தேடச் சொல்லணும்.

(மாது - சீனு Exit)

(மைதிலி Entry)

மைதிலி : எந்தா இது... நடுஹால்ல இந்த கூடையை வச்சது. மாது மாது!

(மைதிலி மாதுவை தேடி முன்னே செல்ல-பாண்ட் அவளை ஜானகி என்று எண்ணி கூடைக்குள் இருந்தபடி அவளைத் தொடருகிறான்.)

(ராமானுஜம் Entry)

ராமா : நடுஹால்ல யார் இந்த அழுக்குக் கூடையை வச்சது? *(கூடையை தூக்க, அதிலிருந்து பாண்ட் ஓடிச் சென்றுவிட)* என்ன இது, வரவர பெருச்சாளி எல்லாம் pant சொக்கா போட்டுக்க ஆரம்பிச்சுடுத்து!

(திரை)

காட்சி 13

மாது வீடு

மாது : என்ன பாண்ட், என் Wifeஐ Follow பண்ணீங்களா?

பாண்ட் : ஊம்... தண்ணித்துறை மார்க்கெட், சைனா பஜார், பர்மா பஜார் எல்லா இடங்களையும் follow பண்ணேன். ஒரு இடம் விடலை. ஆமாம்... உன் Wife கொஞ்சம் வயசானவளா இருக்காளே! உன்னைவிட உயரமா வேற இருக்கா. நடுநடுல மலையாளம் வேற பேசற.

மாது : நீ அடிபட்டே சாகப்போறே!

பாண்ட் : உன் Wife யாரோ youngஆ ஒரு ஆள் கூட சுத்தறான்னு சொன்னே. யாரோ ஒரு கிழவ னோடல்ல சுத்தறா. I think உன் Wifeக்கு நிறைய Boy friends இருப்பாங்க போல இருக்கே.

(மைதிலி Entry)

மைதிலி : என்ன மாது இன்னும் ஆபீசுக்குப் போலையோ? அட இது யாரு? உண்ட பிரண்டோ? எண்டே குருவாயூரப்பன் வாமன அவதாரம் எடுத்தா மாதிரி இருக்கு. என்ன மாது, நான் வரட்டா?

(மைதிலி Exit)

பாண்ட் : மொதல் காரியமா அவளை டைவர்ஸ் பண்ணிடு... உசரமா இருந்தாக்கூட பரவால்லே. வாய்க்கு வாய் உன்னை டா போட்டுப் பேசறா. இவ கூட எப்படி குடும்பம் நடத்தற?

மாது : யாரைச் சொல்றே?

பாண்ட் : இதோ போறாளே. உன் Wife.

மாது : படுபாவி! அது எங்க அம்மாடா.

பாண்ட் : அப்போ, இவ பின்னாடி சுத்தறானே அந்தக் கிழ வன்?

மாது : என் அப்பாடா... அறிவு கெட்டவனே...

(திரை)

காட்சி 14

மாது வீடு

ஜானகி : பேஷ்! காதல்ல ஆரம்பிச்சது. ரகசிய கல்யாணம் வரைக்கும் போயாச்சா?

வெங்கி : வேற வழி இல்லை. ஜானகியோட அப்பா கல்யா ணத்துக்கு சம்மதிக்கலே. அதனாலே நாளைக்கு யாருக்கும் தெரியாம திருப்பதில எங்க கல்யா

ணத்தை ரகசியமா நடத்திக்கப் போறேன். மொதல்ல உங்க அப்பா அம்மாவுக்கு இந்த விஷயத்தைச் சொல்லணும்.

ஜானகி : வெங்கி, இத்தனை நாளா எங்க வீட்ல நல்ல பெயர் வாங்கினீங்க. இப்ப ஏன் Love Marriage அது இதுன்னு சொல்லி கெட்ட பேர் வாங்கிக்க போறீங்க ? கல்யாணத்துக்கப்பறம் சொல்லிக்கலாம்.

வெங்கி : எனக்கென்னமோ பயமா இருக்கு. நடக்கப் போற தென்னவோ திருட்டுக் கல்யாணம். நான் உன் னைத் தான் நம்பியிருக்கேன்.

(மாதுவும் சீனுவும் மாடியிலிருந்து எட்டிப் பார்த்து ஒளிந்து கொள்கிறார்கள்)

ஜானகி : இந்த ஜானகி இருக்கற வரைக்கும் வெங்கி, உனக்குக் கல்யாணம் நிச்சயமா நடக்கும்.

வெங்கி : இந்தா இன்விடேஷன் ரெண்டே ரெண்டுதான் பிரிண்ட் பண்ணிருக்கேன்-ஒண்ணு உனக்கு, இன்னொண்ணு எனக்கு. Venky WEDS Janaki. ஆமாம் முக்கியமான விஷயம்-எனக்கு கல்கட்டாக்கு டிரான்ஸ்பர் ஆயிடுத்து. கல்யாணம் முடிஞ்ச கையோடயே கல்கட்டாக்குப் போறோம்.

ஜானகி : கல்கட்டா என்ன ஊர்? கேக்கவே எவ்வளவு சந்தோஷமா இருக்கு தெரியுமா?

(ஜானகி Exit - மாது, சீனு மாடியிலிருந்து வருகிறார் கள்)

மாது : பார்த்தாயாடா சீனு ? எங்க வீட்டுலேயே இருந்து, அவளை கடத்திட்டு போக வழியைச் சொல்றான். அவளும் வரேங்கறா... இப்ப என்ன சொல்ற ஜானகியப்பத்தி ?

சீனு : மாது, நான் உன் Wifeஐ நல்லவள்னு நினைச் சேன். ஆனா இந்த வெங்கியோட சேர்ந்து அவ பாதை மாறி போவான்னு...

மாது : இதை இப்படியே விடக்கூடாது. சீனு, நம்ம இப்ப நேர சின்னான் கடைக்குப் போகப் போறோம். Yes, அவன் ரெண்டு பொண்டாட்டியை தொலைச்

சான். நான் ஒரு பொண்டாட்டியை தொலைக்கப் போறவன். ஆரம்பத்துலயே சொன்னான். மாது, நீ சத்தியமா அம்பேல்னு... கேட்டேனா! அண்ணன் காட்டிய வழியம்மா... மாதிரி. இந்த சின்னான் காட்டிய வழியம்மா...

(திரை)

காட்சி 15

சின்னான் கடை

மாது : இப்ப என்னடா சொல்ற சின்னா, இதுக்கு என்ன வழி?

சின்னான் : ஒரே வழி, பழிக்குப் பழி... கொன்னுடு...

மாது : யாரை! என் Wife ஜானகியா!

சின்னான் : அது தேவைப்பட்டா அப்பறம் பார்த்துக்கலாம். நெட்டயனை கொன்னுடு.

மாது : நானா கொல்லணும்?

சின்னான் : வேண்டாம். ஒரு நாப்பத்திரெண்டு பேர் போய் கும்பலா கொலை செய்யணும். யோவ்... உன் Wife ஜானகியும் வெங்கியும் போகப் போறாங்க... நீதான் கொலை பண்ணணும்.

மாது : எனக்குக் கொல்லத் தெரியாதேடா.

சின்னான் : அவனுக்குச் சாகத் தெரியுமேடா... கொல்லு...

மாது : என்னமோ கிள்ளுங்கற மாதிரி கொல்லுங்கற. நான் அவனை கொன்னுட்டேன்னு வச்சுக்க, என்னை போலீஸ்ல புடுச்சு ஜெயில்ல கொண்டு வெச்சுவாங்களே?

சின்னான் : Oh! உனக்கந்த பயமா? எப்படியும் உன் Wife அவன் கூட ஓடினப்பறம் நீ அவமானம் தாங்காமல் தலைமறைவா வூட்டுலதான் இருக்கப் போறே. அதுக்கு பதிலா Jailஏ better. இப்பல்லாம் Jail Five Star hotel மாதிரி இருக்காம். சீனுதான் சொன்னான்.

மாது : சரி, கொல்லுங்கற... கத்தியால குத்தி கொல்லவா?

சின்னான் : வேண்டாம். கலீஜாயிடும். மொத மொதல்ல கொல்லப் போற... கொஞ்சம் அழகா, கொஞ்சம் Neatஆ, கொஞ்சம் decentடா செய்ய வேண்டாம்?

மாது : பண்றது கொலை. இதுல Neat வேற. துப்பாக்கியால சுடவா?

சின்னான் : சத்தம் வருமேயா?

மாது : நான் காதை பொத்திண்டு சுடுவேனே? இல்லை... இப்படி பண்ணா என்ன? நாளை ராத்திரி வெங்கி தூங்கும்போது அவனை தற்கொலை பண்ணிடவா?

சின்னான் : இப்ப புரியுதா. இவன் பொண்டாட்டி ஏன் ஓடறான்னு? இந்த அராத்துக்கூட குடும்பம் நடத்த முடியும்ங்கற? யோவ், தனக்குத் தானே பண்ணிண்டாதான்யா தற்கொலை.

மாது : அப்போ, வெங்கியையே கேட்டுடுவோம். வெங்கி, உன்னை நீயே தற்கொலை பண்ணிண்டுடுப்பான்னு.

சின்னான் : நீ ஐடியா சொல்ல வேண்டாம். நானே சொல்றேன். ஒரு English படத்துல சொன்னான். வெங்கி தூங்கினதுக்கப்பறம்...

மாது : இங்கிலீஷ் படத்துல வெங்கியா?

சின்னான் : இன்னொரு தடவை நீ பேசினே, உன் பொண்டாட்டிய நானே கடத்திண்டு போயிடுவேன். சொல்றதை கேளு. வெங்கி தூங்கினப்பறம் ஒரு தலைகாணியை எடுத்து அவன் மூஞ்சி மேல வச்சு ஒரே அழுத்து.

மாது : First class ஐடியா.

சின்னான் : எதுக்கும் ஒரு பைனல் பாத்துருவோம். ஏன்னா நீ சாது. ஆமா... உன் வீட்டுக்கு போகலாமா? (Stage-ல் Back drop விலக மாதுவின் வீடு)
ஆமாம். இதுதான் உங்க வீடா? வெங்கி எங்க படுப்பான்?

மாது : இப்பல்லாம் அந்த சோபாவிலதான் படுக்கறான்.

சின்னான் : அந்த சோபால படுத்தான்னா மூட்டைப் பூச்சி கடிச்சே செத்துடுவான்.

மாது : அதுக்கு மேல உறை வேற வரும்டா. இது பார் உறை வருது பார். (மைதிலி சோபா உறையை கொண்டுவந்து போட்டுச் செல்கிறாள்)

சின்னான் : இதான் உறையா? அப்ப மூட்டைப்பூச்சிலாம் செத்து டும். சொல்றத கேளு. வெங்கி வந்து சோபால படுக்கறதுக்கு முன்னாடி நீ ஒரு தலைகாணியோட சோபா பின்னாடி போய் படுக்கற. வெங்கி வந்து படுப்பான். படுத்துத் தூங்கிடுவான். அவன் தூங்கினப்பறம் நீ சோபா பின்னாடிலேந்து அந்த தலைகாணியோட மெதுவா எழுந்துரு. அந்த தலைகாணியை எடுத்து அவன் மூஞ்சி மேல இறுக்கி ஒரே அழுத்து...

(அலறல்)

மாது : ஏண்டா அலர்ற?

சின்னான் : பயமா இருக்கு வாத்யாரே...

மாது : எனக்கு ஐடியா கொடுத்துட்டு நீயே பயப்படறீயே. இரு... Planஐ நான் சொல்றேன், கேட்டுக்க... வெங்கி வந்து படுக்கறதுக்கு முன்னாடி நான் ஒரு தலைகாணியோட சோபா பின்னாடி போயி படுக்க றேன். வெங்கி வந்து சோபால படுக்கறான். படுத்துத் தூங்கிடறான். அவன் தூங்கினப்பறம் நான் சோபா பின்னாடிலேந்து வந்து மெதுவா அழுத்திடறேன்.

சின்னான் : இன்னும் மெதுவ்வா...

மாது : மெதுவ்வா எழுந்துக்கறேன். எழுந்துண்டு அந்த தலைகாணியை எடுத்து அவன் மூஞ்சிலே வச்சு ஒரே அழுத்து.

சின்னான் : அவ்வளவுதான்யா...

மாது : ஒரே ஒரு டவுட்டு... நான் சோபா பின்னாடி படுக்க றேன் இல்லையா? என்னை யார் எழுப்புவா? நீயா! சீனுவா!

சின்னான் : நல்ல கேள்வி. நான் வெங்கிகிட்ட போய் சொல் றேன். வெங்கி வெங்கி! மாது உன்னை கொல்ல ஆசைப்படறான் வெங்கி! அதனால நீ தூங்கினப் பறம் அவனை எழுப்பிடுன்னு... அறிவு கெட்ட

வனே... சோபாக்கு பின்னாடி போய் தூங்கவா சொன்னேன் - முழிச்சிண்டு இருக்கணும்யா.

மாது : சரி. வெங்கி வந்து படுத்தான்னா நீ சொல்ற Plan Ok. Suppose இப்படி ஆயிடுத்துன்னா?

சின்னான் : எப்படி?

(Lights Off உடனடியாக Lights On; உப்பிலி வந்து சோபாவில் படுக்கிறான்.)

சின்னான் : இவன் யாருய்யா?

மாது : என் மச்சான்.

சின்னான் : துரோகி கட்சி தானே? இவனையும் கொன்னுடு. எப்படியும் இந்த ஆளு போனதுக்கு அப்பறம் வெங்கியை கொல்லணும் இல்லை? அதுக்கு முன்னாடி ஒரு ரிகர்சல் - ஆ இருக்கட்டுமே!

மாது : டேய்! என் மச்சான் வந்து இங்கே படுத்தான்னா நீ சொல்ற plan Ok. Suppose இப்படி ஆச்சுன்னா?

சின்னான் : எப்படி?

(Lights Off; Lights On; ராமானுஜம் சோபாவில் படுத்துக்கொள்கிறார்)

மாது : இப்ப என்னடா செய்யறது?

சின்னான் : இவர் யார்? எந்தக் கட்சி?

மாது : தாய் கட்சி. எங்கப்பா.

சின்னான் : வயசென்ன ஆறது?

மாது : அறுபது ஆகப் போவுது.

சின்னான் : போற வயசுதான். இவரையும் கொன்னுடு... எப்படியும் இவர் செத்ததுக்கு அப்புறம் நீதான் கொள்ளி வைக்கப் போறே... அதுக்கு முன்னாடியே பையன் கையால மெத்து மெத்துன்னு போகட்டுமே!

மாது : எங்கப்பாவல்லாம் கொல்லமுடியாதுடா. எங்கம்மா சுமங்கலியா போகணும்னு ஆசைப்படறா.

சின்னான் : ரொம்ப நல்லதாப் போச்சு... முதல்ல உள்ள போயி உங்கம்மாவை கொன்னுடு. அதுக்கப்பறம் வந்து உங்கப்பாவை கொல்லு.

சீனு : மாது! உங்கப்பாவுக்குத்தான் மாடியிலே தனியா ரூம் இருக்கேடா. அவர் எதுக்கு இங்க வந்து படுக்கறார்?

மாது : சரிப்பா. எங்கப்பா இங்க வந்து படுத்தா நீ சொல்ற plan Ok. வெங்கி வந்து படுத்தா என்ன ஆகும்? அது ஒரு ரிகர்சல் பண்ணலாம்.

(Lights Off. Lights On; வெங்கி Entry with one pillow)

வெங்கி : சே... இந்த சோபால படுக்கறதவிட தரையிலேயே படுத்துக்கலாம்.

(சோபாவுக்கு பின்னால் சென்று தரையில் படுக்கிறான்)

மாது : இப்ப என்னடா செய்யறது!

சின்னான் : அவனை இறுக்கி கட்டிப் பிடிச்சுண்டு ஒரு டூயட் பாடு. இதே மாதிரி கற்பனை பண்ணிண்டு போனே... அந்த ஆள், உன் பொண்டாட்டியை இழுத்துண்டு பாம்பே வரைக்கும் போயிடுவான். கற்பனையை விடு. நெஜத்துக்கு வா.

(Lights Off. Lights On; வெங்கி தலைகாணியுடன் வந்து சோபாவில் படுக்கிறான்)

மாது : இங்க தலை. அங்க கால். ஒரே அமுத்து-படுவா close.

(மாது சோபாவுக்கு பின்புறம் தலைகாணி எடுக்க குனிகின்றான். வெங்கி எழுந்து தான் முன் படுத்திருந்த sideக்கு opp sideல தலைகாணியை போட்டுண்டு மாத்தி படுக்கிறான். அது அறியாத மாது எழுந்து தலைகாணியுடன் வெங்கியின் பக்கம் சென்று முகம் என்று நினைத்து, காலை பலமாக அமுத்த வலியால் வெங்கி அலறல்.)

மாது : சின்னா, வெங்கி செத்துட்டான்டா - வெங்கி செத்துட்டான். வெங்கிய நான் கொன்னுட்டேண்டா.

(வெங்கி கால்வலியை பொறுத்துக்கொண்டு எழுந்து)

வெங்கி : மாது, என்ன பண்ணிண்டு இருக்க?

(மாது Shock)

(திரை)

காட்சி 16

மாது வீடு

(மாது தலையில் துண்டை போட்டுக்கொண்டு சோபாவில் உட்கார்ந்திருக்கிறான்)

ராமா : மைதிலி மைதிலி, காலங்காத்தால எங்க போயிண்டிருக்கே...?

மைதிலி : போகும் போதே என்ன, எங்கே போயிண்டு இருக்கேன்னு அபசகுணமா கேள்வி! இன்னிக்கி என்ன திவசம்?

ராமா : நான் அபசகுணமா பேசறேனாம். நீதான் இப்போ திவசம் பத்து சவுண்டின்னு அபசகுணமா பேசறே.

மைதிலி : இன்று வியாழக்கிழமை... குருவாரம்... எண்டே குருவாயூரப்பன் கோவிலுக்கு போயிண்டு இருக்கேன்.

ராமா : பார்த்தாயா? மறந்தே போயிட்டேன்... இன்னிக்கி எனக்கு Pension வர நாள். நானும் போய் என் பென்ஷனை வாங்கிண்டு வந்துடறேன். என்னடா மாது தலைல துண்டு போட்டுண்டு, கப்பலே கவுந்தா மாதிரி கன்னத்துல கைய வைச்சுண்டுருக்க...

மாது : கப்பல் கவுரலப்பா. மலை ஏறப் போறது... அதுவும் திருப்பதி மலை...

ராமா : என்ன உளர்றான்? கப்பல் மலை ஏறப் போறதாம்... காலம் இருக்கற இருப்புல இவன் கூட பேசிண்டிருந்தா என் பென்ஷனை வேற எவனாவது வாங்கிண்டு போயிடுவான். மொதல் காரியமா வெங்கிய ஸ்கூட்டர் எடுக்கச் சொல்லிப் போயாகணும். Scooterஐ எடுக்கச் சொல்லு.

மாது : அப்பா, வெங்கிய கூப்பிடாத, அவன் வரமாட்டான்.

ராமா : ஏன் வரமாட்டான்?

மாது : அவன் கல்யாணத்துக்குப் போயிருக்கான்.

ராமா : யாரோட கல்யாணத்துக்கு?

மாது : அவனோட கல்யாணத்துக்கு...

ராமா : அவனோட கல்யாணத்துக்கா? ராஸ்கல்... இவ் ளவு நாள் நம்மாத்துல இருந்தான் - தன் கல்யாணத்தைப் பத்தி ஒரு வார்த்தை கூட மூச்சு விடலையே! போயி ஜானகியை கூப்பிடு. அவதான் அவன் Close friend ஆச்சே? கேட்டா விஷயம் சொல்லுவா...

மாது : அப்பா, ஜானகியை கூப்பிடாதே. அவ வரமாட்டா.

ராமா : ஏன் வரமாட்டா?

மாது : அவளும் கல்யாணத்துக்குப் போயிருக்கா.

ராமா : யாரோட கல்யாணத்துக்கு?

மாது : அவளோட கல்யாணத்துக்கு...

ராமா : அவளோட கல்யாணத்துக்கா? என்ன உளர்றே?

மாது : வெங்கி தனியா தன்னோட கல்யாணத்துக்குப் போயிருக்கான். ஜானகி தனியா தன்னோட கல் யாணத்துக்குப் போயிருக்கா. சுருக்கமா சொல்ல ணும்னா வெங்கி ஜானகி ரெண்டு பேரும் தனித் தனியா தங்களோட கல்யாணத்துக்குச் சேர்ந்து போயிருக்கா.

ராமா : என்னடா சொல்ற? புரியும்படியா சொல்லுடா... (Madhu Miming)

ராமா : திருட்டு ராஸ்கல்... இத்தனை கூத்தா நடந்து இருக்கு? முதல் காரியமா நேரா போலீஸ் ஸ்டேஷ னுக்குப் போயி வெங்கி பேர்ல ஒரு கம்ப்ளைண்டு கொடுக்கப்போறேன் - என் மாட்டுப் பொண்ணு ஜானகியை கடத்திண்டு போயிட்டான்னு... அப்படியே நேரா Railway ஸ்டேஷனுக்கு போயி, ஜானகியை இழுத்துண்டு வரணும்.

மாது : அப்பா Stationக்கு போனா, ஜானகி பாவ்லா காட்ட ஆரம்பிச்சுடுவா. நான் வெங்கிக்கு Sendoff கொடுக்க வந்தேன்னு ஒரு பொய்யை சொல்லிட்டு நம்ம ளோட வீட்டுக்குத் திரும்பி வந்துடுவா. அவளை கையும் களவுமாத்தான் பிடிக்கணும். இன்னிக்கு ஸ்டேஷனுக்கு நானும் சின்னானும் போர்ட்டர் வேஷத்துல நிக்கப் போறோம். நீங்க ரெண்டுபேரும் Trainகு பின்னாடி ஒளிஞ்சுண்டு நில்லுங்க. அவ

Train ஏர்ற சமயத்துல அவளை கையும் களவுமாப் பிடிக்கணும். அப்பா! கட்டியை பழுக்க விட்டுத்தான் உடைக்கணும்.

ராமா : ஆமாம். எந்த Trainல போறா?

மாது : பாலாஜி எக்ஸ்பிரஸ். ரெண்டு மணிக்கு.

ராமா : கட்டியை பழுக்கவிட்டது போதும். வா, ஸ்டேஷனுக்குப் போகலாம். ஆமாம், இந்த கூத்து அத்தனையும் என் சம்பந்தி, அதான் அந்த கல்கட்டா சேஷகோபாலனுக்குத் தெரியுமா?

மாது : தந்தி அடிச்சுருக்கேன். இந்நேரம் வந்தாகணும். (சேஷகோபாலன் - உப்பிலி Entry) வாய்யா. உன் பொண்ணு கல்யாணத்துக்கு நீயே பச்சைக்கொடி காட்ட வந்துட்டயா?

சேஷ : மாப்ளே! இப்படி தந்தி அடிச்சு இருக்கீங்களே- Janaki is wellன்னு. அவளுக்கு என்ன ஆச்சு?

மாது : தந்தில அவ்வளவுதான்-சின்னதாத்தான்-கொடுக்கணும் இப்ப முழுசா சொல்றேன் கேட்டுக்க. Janaki Not behaving well- உன் பொண்ணு ஜானகிக்கும் வெங்கிக்கும் நாளைக்கு திருப்பதில கல்யாணம்யா... யோவ் மாமனாரே... உன் பொண்ணு அம்பேல்யா.

சேஷ : டேய்... உப்பிலி... என்னடா சொல்றார்?

உப்பிலி : அத்திம்பேர்...

மாது : அடிச்சுக் கொன்னுடுவேன். உன் அத்திம்பேர் உசர அத்திம்பேர்டா... Railway stationக்கு போயி அத்திம்பேரே அத்திம்பேரேன்னு கத்து, பன்னாடைப் பயலே...

ராமா : Oh god! என் பிள்ளை கதி இப்படியா ஆகணும்?

சேஷ : சம்பந்தி, கூப்பிட்டேளா?

மாது : அவர் Godன்னு சொன்னது கடவுளையா! நீ சைத்தாண்டா.

சேஷ : மாப்பிள்ளை... நான் சொல்றதை கேளுங்க.

மாது : ஏய்... போடா...

சேஷ : மாப்ளே, டாவா...?

மாது : கேட்டுக்கயா... நீ காட்... உன் பொண்ணு ப்ராடு (fraud)...

(திரை)

காட்சி 17

RAILWAY STATION

(ரயில்வே ஸ்டேஷனில் - மாதுவும் சின்னானும் போர்ட்டர் வேஷத்தில்)

மாது : சின்னான், நல்லா கவனமா கேட்டுக்கோ. நானும் நீயும் இங்க போர்ட்டர் மாதிரி நடிக்கணும், Ok?

சின்னான் : கிண்டலா? எனக்கென்ன போர்ட்டர் மாதிரி நடிக்கத் தெரியாதுன்னு நெனைச்சியா! இப்ப பார் நடித்துக் காட்டறேன். இட்லி-வடை-காப்பி, இட்லி-வடை-காப்பி.

(வெங்கி சூட்கேஸுடன் Entry)

வெங்கி : எங்க ஜானகியை இன்னும் காணோம்! (ஜானகி Entry)

ஜானகி : Mr.வெங்கி.

சின்னான் : கோவிந்தா... கோவிந்தா... கோவிந்தா...

வெங்கி : இந்தாப்பா போர்ட்டர். இந்த Luggage எடுத்து வண்டில வை.

மாது : யாரைப் பார்த்து போர்ட்டர்ன்னு சொன்னே?

ஜானகி : மாது! நீங்களா? இதென்ன போர்ட்டர் வேஷம்?

மாது : போர்ட்டர் வேஷம் போடாம... உன் கல்யாணத் துக்கு Supporter வேஷம்போடச் சொல்றீங்களா? அப்பா T.N.Expressலேந்து வெளில வா. அம்மா Trivandrum mail லேந்து வெளில வா... எங்க அந்த ஆள்... எங்க? (சேஷகோபாலன் - உப்பிலி Entry) நீ எந்த Train?

சேஷ : கூடுவாஞ்சேரி Express.

மாது : ஏன், உன் பொண்ணு கல்யாணத்துக்கு சீர் செனத்தி கொண்டு வரலையா?

உப்பிலி : அத்திம்பேர்...

மாது : வெங்கி, உன்னை உன் மச்சான் கூப்பிடறாண்டா.

சேஷ : ஜானகி வாயைத் தொறந்து பதில் சொல்லுடீ.

ஜானகி : என்ன பதில் சொல்லணும்?

சேஷ : குமுதம் அரசு கேள்வி பதில்.

மாது : அதை விடுங்க சார். இன்விடேஷன் அடிச்சிருக்கா. Janaki weds Venkyன்னு.

சேஷ : அய்யய்யோ இன்விடேஷன் அடிச்சாச்சா? டேய் உப்பிலி, அந்தப் பேனா கத்தியை எடுடா. அவளை இங்கேயே குத்திக் கொன்னுடறேன்.

உப்பிலி : பேனா கத்தியை கொண்டுவரலேப்பா.

சேஷ : பேனா இருந்தா குடுடா. நிப்பாலேயே அவளைக் குத்திக் கொன்னுடறேன்.

ஜானகி : ஏன் சும்மா கத்தறீங்க? வெங்கி கட்டிக்கப் போறது ஜானகியைத்தான். ஆனா இந்த ஜானகியை இல்லை. வேற ஒரு ஜானகி.

மாது : ஆ...

சேஷ : ஆ... என்னடி... சமாளிக்கறயா? அதெப்படி வேற ஒரு ஜானகியா? ரெண்டு ஜானகியா?

(Trainலிருந்து பெண் குரல்)

பெ.குரல் : வெங்கி சீக்கிரம் வாங்க. Train கிளம்பப்போறது. Time ஆச்சு.

ஜானகி : இதோ, இப்ப பேசினாளே. அந்த ஜானகியைத் தான் வெங்கி கல்யாணம் பண்ணிக்கப் போறான். இந்தியாவிலேயே நான் ஒரு ஜானகிதான் இருக் கேனா? S.ஜானகி இருக்கா. சௌகார் ஜானகி இருக்கா. இவ்வளவு ஏன் Radioல செய்திவாசிக் கறதும் ஜானகிதான்... போதுமா!

சின்னான் : அப்போ, அம்பேல் இல்லையா?

மாது : சும்மா இருடா. எல்லாம் இவனால வந்தது. I am sorry Janaki.

ராமா : ஏண்டா... அந்த ஸ்ரீராமந்தான் ஒரு வண்ணானின்

பேச்சைக் கேட்டுண்டு தன் Wife ஜானகியை I mean(ஜானகி) சீதாவை mistake பண்ணிண்டு காட்டுக்கு அனுப்பிச்சான். நீ அதே மாதிரி இதே சின்னான் வண்ணான் பேச்சை கேட்டுண்டு உன் Mrs. Janakiயை misunderstand பண்ணிண்டு எங்க அத்தனை பேர் பிராணனை வாங்கியிருக்க.

மாது : மாமா, I am very sorry மாமா.

சேஷு : மாப்பிள்ளை எனக்கு தெரிஞ்சு Railwayல மீட்டர் கேஜ், பிராட்கேஜ்தான் உண்டு. உங்க சந்தேகத்துக்கு தனியா ஒரு doubt கேஜ்ன்னு போடணும் போல இருக்கே.

மாது : வெங்கி, I am very sorry.

வெங்கி : It's alright சார். வாழ்க்கையில மனுஷனுக்கு சந்தேகம் வந்தா தப்பில்லை. ஆனா! அப்படி சந்தேகம் வந்தவுடனே அதை சம்பந்தப்பட்டவங்க கிட்ட கேட்டு நிவர்த்தி பண்ணிக்கணும். இப்போ கைல கட்டி வந்தா அதை பழுக்கவிட்டுத்தான் உடைக்கணும். ஆனா, அதே கட்டி முத்திடுத்துன்னா கையே எடுக்க வேண்டியதாயிடும். Lifeம் இப்படித் தான் anyway, Best of Luck.

(வெங்கி Trainக்கு செல்கிறான். ஜானகி மயங்கி விழுகிறாள்)

மாது : அய்யோ மாமா, ஜானகி மயக்கம் போட்டு விழுந் துட்டா, ஜானகி மயக்கம் போட்டு விழுந்துட்டா.

(சேஷுகோபாலனை குலுக்குகிறான்)

சேஷு : அதுக்கேன் என்னை இப்படி குலுக்கறீங்க? நான் என்ன Haryana Bumper லாட்டிரியா! Railway doctorஐ கூப்பிட்டு ஜானகிக்கு first aid கொடுத்தா போறது.

மாது : மாமா, ஜானகிக்கு வந்திருக்கறது என்ன AIDSஆ?

சேஷு : அய்யோ. First aidன்னா நான் முதலுதவி சொன் னேன். என் பையனே தேவலாம் போல் இருக்கே. (ரயில்வே டாக்டர் Entry. ஜானகியை Test பண்ணி விட்டு தன் கண்ணாடியை கழட்டுகிறார்.)

சின்னான் : அய்யய்யோ... டாக்டர் கண்ணாடியை கழட்டறார். அந்த பொண்ணுக்கு என்னவோ ஆயிடுத்து- அம்பேலு. அந்த பொண்ணு அம்பேல்.

டாக்டர் : Doctor கண்ணாடிய கழட்டினா உடனே அம்பேலா?

சின்னான் : ஆமாம். அப்படித்தான் சினிமால வரும்.

டாக்டர் : கண்ணாடியில அழுக்கு இருந்தது. நகருங்க. நகருங்க... *(ராமானுஜத்திடம் சென்று)* Congratulations நீங்க அப்பாவாகப் போறீங்க.

ராமா : நான் அவ மாமனார்யா!

டாக்டர் : *(சேஷகோபாலனிடம் சென்று)* கங்க்ராஜுலேஷன்ஸ்... நீங்க அப்பாவாகப் போறீங்க.

சேஷ : பைத்தியம், நான் ஏற்கனவே அந்த பொண்ணுக்கு அப்பா.

டாக்டர் : *(உப்பிலியிடம் வந்து)* கங்க்ராஜுலேஷன்ஸ். நீங்க தான் அப்பாவாகப் போறீங்க.

உப்பிலி : நான் அவ அண்ணன்.

மாது : டாக்டர் Congratulations... நான்தான் அப்பாவாகப் போறேன்!

(திரை)

சுபம்

மங்களம்

கிரேஸி மோகன்

எழுதிய நூல்கள்...

அலாவுதீனும் 100 வாட்ஸ் பல்பும்

அன்புள்ள மாதுவிற்கு...!

பிவேர் ஆஃப் மாது

சாக்லேட் கிருஷ்ணா

கிரேஸி கோஸ்ட்

கிரேஸி கிஷ்கிந்தா

கீதா உபதேசம்

கூகுள் கடோத்கஜன்

ஜுராசிக் பேபி

மாது மிரண்டால்

மதில் மேல் மாது

மாது + 2

மேரேஜ் மேட் இன் சலூன்

மீசை ஆனாலும் மனைவி

மிடில் கிளாஸ் மர்டர்

ஒரு பேபியின் டைரிக் குறிப்பு...

ரிடர்ன் ஆஃப் கிரேஸி தீவ்ஸ்

ஸாடிலைட் சாமியார்

ஹனிமூன் கப்பிள்

ஹியர் இஸ் காசி

அய்யா...! அம்மா...! அம்மம்மா...!

கிரேஸியைக் கேளுங்கள் – 1

கிரேஸியைக் கேளுங்கள் – 2

கிரேஸியுடன் சிரியுங்கள் – 1

கிரேஸியுடன் சிரியுங்கள் – 2

சோ

எழுதிய நூல்கள்...

- மஹாபாரதம் பேசுகிறது - பாகம் 1 & 2
- வால்மீகி ராமாயணம் - பாகம் 1 & 2
- இந்து தர்மம்
- எங்கே பிராமணன் ?
- Essence of Dharma - 1
- Essence of Dharma - 2
- ஹிந்து மஹா சமுத்திரம் - 1
- ஹிந்து மஹா சமுத்திரம் - 2
- ஹிந்து மஹா சமுத்திரம் - 3
- ஹிந்து மஹா சமுத்திரம் - 4
- ஹிந்து மஹா சமுத்திரம் - 5
- ஹிந்து மஹா சமுத்திரம் - 6
- வெறுக்கத்தக்கதா பிராமணீயம் ?
- அன்றைய வேதங்கள் முதல் இன்றைய - வியவஹாரங்கள் வரை (தர்மத்தின் ஸாரம்)
- எது தர்மம் ?
- என்று தணியும் இந்த சுதந்திர தாகம்
- இன்பக் கனா ஒன்று கண்டேன்
- இறைவன் இறந்து விட்டானா ?
- இரவில் சென்னை !
- ஜட்ஜ்மெண்ட் ரிசர்வ்டு
- மனம் ஒரு குரங்கு
- முகமது பின் துக்ளக்
- நேர்மை உறங்கும் நேரம்
- சாதல் இல்லையேல் காதல் !
- சாத்திரம் சொன்னதில்லை
- சம்பவாமி யுகே ! யுகே !
- சரஸ்வதியின் சபதம்
- சட்டம் தலை குனியட்டும்
- உண்மையே உன் விலை என்ன ?
- உறவுகள் இல்லையடி பாப்பா
- யாருக்கும் வெட்கமில்லை !
- ஏன் கூடாது ?
- எங்கே போகிறாய் ?
- எதற்காக ?
- அதிகப் பிரசங்கம்
- இந்தியா எங்கே போகிறது ?
- இவர்களைத் தெரிந்து கொள்ளுங்கள்
- கூவம் நதிக் கரையினிலே! - 1
- கூவம் நதிக் கரையினிலே! - 2
- கூவம் நதிக் கரையினிலே! - 3
- மை டியர் பிரும்மதேவா
- புரட்சி கீதை
- சர்க்கார் புகுந்த வீடு
- நம்மை நாம் அறிவோம்
- அரசியல் ராமாயணம் (சித்திரக் கதை)
- துக்ளக் ராசி - பலன்
- சிரிப்பு வருகிறது ! உஷார் !
- ஒண்ணரைப் பக்க நாளேடு - பாகம் - 1
- ஒண்ணரைப் பக்க நாளேடு - பாகம் - 2
- ஒண்ணரைப் பக்க நாளேடு - பாகம் - 3
- ஒண்ணரைப் பக்க நாளேடு - பாகம் - 4
- ஒண்ணரைப் பக்க நாளேடு - பாகம் - 5
- ஜக்குவின் நீதி சாஸ்திரம்
- ஜக்குவின் கணிப்பு
- இதுதான் என் வழக்கு !
- டியர் மிஸ்டர் வாசகரே !
- இவர்கள் சொல்கிறார்கள்
- சோ - வீரமணி பேட்டி
- இவர்களைச் சந்தித்தேன் (பேட்டிகள்) - 1
- இவர்களைச் சந்தித்தேன் (பேட்டிகள்) - 2
- இவர்களைச் சந்தித்தேன் (பேட்டிகள்) - 3
- அனுபவங்களும் அபிப்பிராயங்களும்
- பத்திரிகைகள் பலவிதம்...
- அரட்டை சங்கம்
- துக்ளக் வாழ்கிறார்
- எனக்குத் தெரிந்த நியாயம் சொல்கிறேன்
- நினைத்தேன் எழுதுகிறேன்
- அதிர்ஷ்டம் தந்த அனுபவங்கள்
- காமராஜை சந்தித்தேன்
- திரையுலகைத் திரும்பிப் பார்க்கிறேன்
- ராஜ்ய சபையில் சோ
- எமர்ஜென்ஸி
- இன்று நாளை என்னுடைய நிலைகள்...
- தடை செய்யப்பட்ட துக்ளக்
- முஸ்லிம் லீக் - ஆர்.எஸ்.எஸ். சந்திப்பு
- சட்டம் என்ன சொல்கிறது?
- தமிழக அரசியல் கட்சிகள்
- மதச்சார்பின்மை + செக்யூலரிஸம் = ?
- ஸ்திதப்பிரக்ஞன்
- நமது தலைநகரம் மாஸ்கோ !
- துக்ளக் படமெடுக்கிறார்
- துக்ளக் ஆண்டு விழா - 1
- துக்ளக் ஆண்டு விழா - 2
- வந்தேமாதரம்
- வாஷிங்டனில் நல்லதம்பி
- யாரோ இவர் யாரோ ?
- யார் பெறுவார் இந்த அரியாசனம் ?
- அடுத்த ஆட்சி நமதே !
- தேர்(தல்) திருவிழா
- திக்குத் தெரியாத நாட்டில்